D1772112

பாரதியின் இறுதிக் காலம்

‘கோவில் யானை’ சொல்லும் கதை

பாரதியின் இறுதிக் காலம்
'கோவில் யானை' சொல்லும் கதை

சென்னை திருவல்லிக்கேணி பார்த்தசாரதி கோவில் யானையால் தாக்கப்பட்டது, பாரதியின் இறுதிக்கால வாழ்வில் முக்கிய நிகழ்வாகும். அச்சம்பவத்தின் தாக்கத்தில் 'கோவில் யானை' எனும் நாடகத்தைப் பாரதி எழுதினார். பாரதி நூலெதிலும் இடம்பெறாத இந்நாடகத்தைக் கண்டெடுத்து வழங்கும் இந்நூல் பாரதியியலில் புதிய ஒளியைப் பாய்ச்சுகிறது.

ய. மணிகண்டன் (பி. 1965)

தமிழ் யாப்பியல், சுவடிப்பதிப்பியல், பாரதியியல், பாரதிதாசனியல் ஆகிய களங்களில் குறிப்பிடத்தக்க பங்களிப்புகளை நிகழ்த்திவரும் முனைவர் ய. மணிகண்டன் தஞ்சை சரசுவதி மகால் நூலகத் தமிழ்த் துறையில் பத்தாண்டுகளுக்கும்மேல் பணியாற்றியவர்; சென்னைப் பல்கலைக்கழகத் தமிழ்மொழித் துறையின் பேராசிரியர்-தலைவராகப் பணியாற்றி வருபவர்.

பாரதியின் இறுதிக் காலம்
'கோவில் யானை' சொல்லும் கதை

ஆய்வும் பதிப்பும்
ய. மணிகண்டன்

காலச்சுவடு பதிப்பகம்

அன்பார்ந்த வாசகருக்கு,

வணக்கம்.

காலச்சுவடு நூலை வாங்கியமைக்கு நன்றி.

நூலின் உள்ளடக்கம், உருவாக்கம், அட்டைப்படம் இன்ன பிற அம்சங்கள் பற்றிய உங்கள் கருத்துகளையும் ஆலோசனைகளையும் காலச்சுவடு வரவேற்கிறது. தகவல், எழுத்து, வாக்கியப் பிழைகள் தென்பட்டால் கட்டாயம் தெரிவித்து உதவுங்கள். நூல் தயாரிப்பில் கடும் குறைபாடு இருப்பின் மாற்றுப் பிரதி உங்களுக்குக் கிடைக்கக் காலச்சுவடு ஏற்பாடு செய்யும்.

மின்னஞ்சல்: publisher@kalachuvadu.com

காலச்சுவடு நாகர்கோவில் தலைமையகத்துக்கும் கடிதம் அனுப்பலாம்.

தங்கள்
எஸ்.ஆர். சுந்தரம் (கண்ணன்)
பதிப்பாளர் – நிர்வாக இயக்குநர்

பாரதியின் இறுதிக் காலம்: 'கோவில் யானை' சொல்லும் கதை ◆ ஆய்வும் பதிப்பும்: ய.மணிகண்டன் ◆ © ய.மணிகண்டன் ◆ முதல் பதிப்பு: டிசம்பர் 2014, திருத்தப்பட்ட ஐந்தாம் பதிப்பு: மே 2023 ◆ வெளியீடு: காலச்சுவடு பப்ளிகேஷன்ஸ் (பி) லிட்., 669, கே.பி. சாலை, நாகர்கோவில் 629001

bharathiyin iruthikkalam: Kovil yaanai sollum kathai ◆ The last days of C. Subramania Bharati ◆ Ya. Manikandan ◆ © Y. Manikandan ◆ Language: Tamil ◆ First Edition: December 2014, Revised Fifth Edition: May 2023 ◆ Size: Demy 1 x 8 ◆ Paper: 18.6 kg maplitho ◆ Pages: 64

Published by Kalachuvadu Publications Pvt. Ltd., 669, K.P. Road, Nagercoil 629001, India ◆ Phone: 91-4652-278525 ◆ e-mail: publications@kalachuvadu.com ◆ Printed at Printed at Clicto Print, Jaleel Towers, 42 KB Dasan Road, Teynampet Chennai 600018

ISBN: 978-93-82033-93-6

05/2023/S.No.627, kcp 4407, 18.6 (5) uss

பாரதியியல் அறிஞர்
'சேக்கிழார் அடிப்பொடி' திரு. தி.ந. இராமச்சந்திரன்
அம்மா திருமதி கல்யாணி இராமச்சந்திரன்
ஆகியோரின்
எல்லையற்ற அன்பிற்கு...

பொருளடக்கம்

முன்னுரை: பாரதியின் இறுதிக்காலம்	11
கோவில் யானை – நாடகம்	43
துணைநூற் பட்டியல்	62

முன்னுரை

பாரதியின் இறுதிக் காலம்

பாரதியின் இறுதிக் காலத்தை பிரெஞ்சு இந்தியாவாக அன்று விளங்கிய புதுவையை விட்டுப் புறப்பட்டுப் பிரிட்டிஷ் இந்தியாவாக அன்று விளங்கிய கடலூருக்கு அருகே கால்வைத்துக் கைதான நாள்முதல் சென்னை, திருவல்லிக்கேணியில் நள்ளிரவில் மறைந்த நாள்வரையிலான காலம் என்று வகுத்துக் கொள்ளலாம்.

~

சென்னையில் வசிக்கத் திரும்பிவந்த காலத்தில் பாரதியைச் சந்தித்த சுதேசமித்திரனின் ஸி.ஆர். ஸ்ரீநிவாஸன் இறுதிக்காலப் பாரதியை இப்படிச் சித்திரித்திருந்தார்:

> அன்று கண்ட பாரதி இன்றளவும் என் அகக்கண் முன் நின்றுகொண்டே இருக்கிறார். நடுத்தர உயரம்; 'ஒற்றை நாடி'; மாநிறம் படைத்த மேனி; பிரிபிரியாய்ச் சுற்றிய வால்விட்ட தலைப்பாகை; அகன்ற நெற்றி; அதன் மத்தியில் காலணா அளவு குங்குமப் பொட்டு. அடர்ந்த புருவங்கள் உருண்ட கண்களைக் காத்து வந்தன. நிமிர்ந்த நாசி, வாடின கன்னங்களை விளக்கிக் காட்டியது. முறுக்கிய மீசை மேல் உதடை மறைத்தும், உறுதியிழந்த உயிர் நிலையைக் கீழ் உதடு காட்டிவிட்டது; உடல் மீது பித்தான் இல்லாத ஷர்ட்டு; அதை மூட ஒரு 'அல்பகா கோட்'; வண்டியிலிருந்து குதித்தபோது அதுவும் கிழிந்துவிட்டது.

நாற்காலியில் உட்கார்ந்தார். நாவெழவில்லை; கண்கள் வட்டமிட்டுக்கொண்டிருந்தன; அறையைச் சுற்றிச்சுற்றிப் பார்த்தன; என்னையும் ஏறஇறங்கப் பார்த்தன. வெகுண்ட கண்கள்; வேதனை வடிந்த கண்கள்; சாந்தம் நிறைந்த கண்கள். வசியம் மிகுந்த கண்கள். அவை என் உள்ளத்தைக் கொள்ளைகொண்டுவிட்டன. அன்று நான் பாரதி தாஸனாக மாறினேன் ...

புதுவையில் புகுந்த பாரதி வேறு; புதுவையிலிருந்து வெளிவந்த பாரதி வேறு. உள்ளே சென்றவர் வீரர்; வெளியே வந்தவர் ஞானி.

(*காலந்தோறும் பாரதி,* பக். 160 – 162)

பின்னாள்களில் புரட்சிக்கவிஞரான கனக சுப்புரத்தினத்திற்குப் போட்டியாக இன்னொரு பாரதிதாசனாகச் ஸ்ரீநிவாசன் மாறிய காட்சியை இந்தப் பகுதி நமக்குக் காட்டுகின்றது.

அமிர்தகுணபோதினியின் ஆசிரியர் எஸ்.ஜி. இராமாநுஜலு நாயுடு அந்தக் காலத்தில் சந்தித்த பாரதியும் ஏறத்தாழ இப்படித்தான் காட்சிதருகின்றார்:

ஸ்ரீ பாரதியார் புதுச்சேரியினின்றும் வந்த பின்பு பழைய பாரதியின் உருவமே இல்லை. ஒரு வங்காளி போன்ற உருவுடனும் காணப்பட்டார். அதற்கானபடி தலைப்பாகையும் பிளவும் பொருந்தியிருந்தது. அவரது நடையும் கோலமும் யாவுமே மாறின. எல்லாம் புதுவிதமாக இருந்தது.

ஒரு பிரம்ம ஞானி போன்றும் காணப்பட்டார்.

(*பாரதி திருநாள்: சுதேசமித்திரன் நினைவு அஞ்சலிகள்,* ப. 41)

~

சுதேசமித்திரன் ஆசிரியர், *அமிர்தகுணபோதினி* ஆசிரியர் மட்டுமல்லாமல் ஏறத்தாழ அந்த மூன்று ஆண்டுகளில் சந்தித்த பலரும் உருவத் தோற்றத்தில் பெரிதும் மாற்றமுற்றுச் செய்கைத் தோற்றத்தில் சற்றே மாற்றமுற்றிருந்த பாரதியை இவ்வகையில்தான் பதிவு செய்திருக்கின்றனர். இறுதிக்காலத்தின் முதற்கட்டத்தில் கானாடுகாத்தானுக்கும் காரைக்குடிக்கும் பாரதி சென்றுவந்தபோது அவரைச் சந்தித்த ராய. சொக்கலிங்கம் இப்படிப் பதிவு செய்திருந்தார்:

இருபத்தெட்டு ஆண்டுகட்குமுன் திடீரென ஓர்நாள், சிவந்த உடம்பு—மொட்டைத் தலை, முறுக்கிய எதிர்மீசை—குறுகுறுத்த கண்கள் இவற்றோடு கையில் தடியுடன் ஒரு கம்பீர உருவம் காரைக்குடியில் தோன்றியது... பாரதி, கூட ஒருவரை அழைத்து வந்திருந்தார். அவரும் ஒரு அரைப் பயித்தியம் மாதிரியே காணப்பட்டார். பாரதியாரோ ஒரு ஞானக் கிறுக்கர்.

('காரைக்குடியில் பாரதியார்', *பாரதசக்தி*, ப. 6)

தோற்றத்திலும் செய்கையிலும் இறுதிக்காலப் பாரதியின் வடிவம் பெரிதும் இவ்வாறே இருந்திருக்கிறது. இறுதிக்காலத்திற்குச் சற்று முன்னதாகவே இத்தகைய நிலை அவருள் தொடங்கிவிட்டது என்பதே வரலாறு.

~

பாரதியின் வாழ்க்கை வரலாற்றில் எட்டயபுர வாசம், காசி வாசம், புதுவை வாசம், கடையம் வாசம், சென்னை வாசம் ஆகியன குறிப்பிடத்தக்க கட்டங்களாக அமைகின்றன. சென்னை வாசம் வாழ்வின் தொடக்கத்திலும் இறுதியிலுமாக இருமுறை நிகழ்கின்றது.

புதுவைவாசக் காலத்தில் அவ்வப்போது பொருளியல் நெருக்கடிகளும் இரகசியப் போலீசாரின் கண்காணிப்பு உள்ளிட்ட சூழல்களும் இடையூறுகளாய் அமைந்தபோதிலும், பாரதியின் படைப்புவாழ்வில் புதுவைவாசம் ஒரு பொற்கால வாழ்க்கைப் பகுதியாகவே முகங்காட்டுகின்றது. குயில் பாட்டு, கண்ணன் பாட்டு, பாஞ்சாலி சபதம் ஆகிய காலத்தை வென்ற படைப்புகளும் அற்புதமான கவிதைகளும் அங்கேதான் தோற்றம் பெற்றன.

எனினும் புதுவை வாழ்விலிருந்து விடுதலை பெற்று, சென்னைக்கும் எட்டயபுரத்திற்கும் கடையத்திற்கும் செல்ல அவர் மனம் துடித்துக்கொண்டிருந்தது. சுதந்திர புருஷனாக எல்லா இடங்களிலும் உலாவ அவர் உள்ளம் அங்காந்திருந்தது. பாரதியின் மறைவிற்குப்பின் செல்லம்மா பாரதி இதனைக் குறித்துப் பின்வருமாறு எழுதியிருந்தார்:

தேசப்பிரஷ்டமானார். புதுவையில் தேசபக்தி விரதத்தைப் பல விதமாக அனுஷ்டித்தார். திரும்ப வந்து தந்நாட்டை ஒருமுறை பார்க்க வேண்டுமென்ற அவா அதிகரித்தது. அதற்காகச் சில நிபந்தனைகளை ஒப்புக்கொண்டார்.

(செல்லம்மா பாரதி முகவுரை,
சுதேச கீதங்கள் முதற்பாகம்)

பாரதியின் இந்த ஆசையின், எண்ணத்தின் வெளிப்பாடாகவே பிரிட்டிஷ் காவல் துறையினரின் நடவடிக்கைகள் குறித்தும் தமது நிலைகள் குறித்தும் சென்னை மாகாண ஆளுநருக்கும் இலண்டனில் உள்ள பிரிட்டிஷ் நாடாளுமன்றத்தின் உறுப்பினரும் பிரபலத் தொழிற்கட்சித் தலைவருமான ராம்ஸே மக்டானல்டுக்கும் ***(Ramsay MacDonald)*** எழுதிய கடிதங்கள் அமைகின்றன. இதன் தொடர்விளைவாகச் சென்னை அரசின் சார்பாக சி.ஐ.டி. பிரிவுத் துணை இன்ஸ்பெக்டர் ஜெனரல் பாரதியைப் புதுவையில் சந்தித்துப் பேசினார். பாரதி தம் குறைகளைத் தெரிவித்தார். பாரதியின் அக்காலச் செயல்பாடுகளில் அவ்வதிகாரி நிறைவு கொண்டபோதிலும் போர்க்காலமாக இருப்பதால் போர் முடியும்வரை பாரதி குறிப்பிட்ட காலம் சிறை வைக்கப்படுவார் எனத் தெரிவித்தார். இந்த ஏற்பாட்டுக்குப் பாரதி இணங்கவில்லை.

புதுவையை விட்டுப் புறப்படுவது என்ற முடிவைப் பாரதி ஒரு கட்டத்தில் தீர்மானமாகச் செயல்படுத்தினார். போர் முடிவு பெற்ற சூழலில் திடீரென ஒருநாள் 1918 நவம்பர் 20ஆம் தேதி புதுவையை விட்டுக் கிளம்பிப் பிரிட்டிஷ் பகுதியில் காலடி வைத்த நிலையில் கடலூருக்கு அருகில் அவர் கைது செய்யப்பட்டார். கடலூர் சிறையில் அடைக்கப்பட்ட அவரைக் காவல்துறையின் துணை இன்ஸ்பெக்டர் ஜெனரலான ஹானிங்டன் சிறையில் சந்தித்துப் பேசினார். எனினும் பயன் எதுவும் விளையவில்லை.

அதேவேளையில் சென்னை மாகாணத்தின் மிக முக்கியமான பிரமுகர்களான *சுதேசமித்திரன்* ஆசிரியர் ஏ. ரங்கசாமி ஐயங்காரும், சர். சி.பி. இராமசாமி ஐயரும், நீதிபதி மணி ஐயரும், அன்னி பெசண்டும் பாரதியின் விடுதலைக்காகத் தீவிரமாகச் செயல்பட்டனர். பாரதியும் சிறையிலிருந்து சென்னை மாகாண ஆளுநருக்கு விரிவான ஒரு கடிதத்தை எழுதினார்.

இவற்றின் விளைவாகச் சில நிபந்தனைகளின் பேரில் பாரதியை அரசு விடுதலை செய்தது. பாரதிக்கு விதித்த கட்டுப்பாடுகள் குறித்துச் சீனி. விசுவநாதன் பின்வருமாறு எடுத்துரைத்துள்ளார்:

> பாரதி மீது அரசாங்கமே விதித்த கட்டுப்பாடு குறித்து 'நியூ இந்தியா' என்கிற ஆங்கில நாளிதழில் 1918 டிசம்பர் 16ஆம் தேதியில் வெளியான செய்திக்குறிப்பால் தெரிந்துகொள்ள முடிகின்றது.
>
> பாரதி கடையத்திலோ சொந்த ஊரிலோ பாபநாசத்திலோ வசித்து வரவேண்டும் எனவும், இவ்வூர்களிலிருந்து வேறு இடத்திற்குச் செல்லும்போது போலீஸ் டெப்டி

இன்ஸ்பெக்டர் ஜெனரலிடமாவது ஜில்லா கலெக்டரிட மாவது அறிவிப்புக் கொடுத்துவிட்டுச் செல்ல வேண்டும் என்பதோடு கூட, பிரசுரத்திற்கென எழுதப்பட்ட கட்டுரைகளை மேற்குறித்த இரு அதிகாரிகளில் எவரிட மாவது பார்வைக்குக் காட்ட வேண்டும் என்பதுவுமே பாரதிக்கு விதித்த நிபந்தனைகளாகும்.

(*மகாகவி பாரதி வரலாறு*, ப. 497)

பாரதி, 1918 டிசம்பர் 14ஆம் தேதி பிற்பகல் விடுதலை செய்யப்படுகின்றார். புதுவையிலிருந்து வெளியேறியது தொடங்கி 1921இல் மறைவது வரையிலான வாழ்க்கைப் பகுதியைப் பாரதியின் இறுதிக்காலம் என்று சொல்லலாம். இந்தக் காலகட்ட வரலாற்றுச் செய்திகள் பல்வேறு நூல்களிலும் கட்டுரைகளிலும் குறிப்புகளிலும் சிதறிக் கிடக்கின்றன. இவை எதிர்காலத்தில் திரட்டப்பட்டு ஆராய்ந்து எழுதப்பெற வேண்டிய பகுதிக்குரியனவாக விளங்குகின்றன.

விடுதலை பெற்ற பாரதி கடலூரிலிருந்து மனைவி செல்லம்மாவின் ஊராகிய கடையத்திற்கு 1918 டிசம்பர் 15ஆம் தேதி சென்று சேர்கின்றார். கடையம் வாழ்வில் தம் நூல்களின் வெளியீடு தொடர்பாகச் சிந்திக்கத் தொடங்கிய பாரதி பரலி சு. நெல்லையப்பருக்குக் கடிதம் எழுதினார்.

1919 பிப்ரவரி மாதத்தில் பாரதி சென்னைக்குச் செல்கின்றார். நீதிபதி மணி ஐயர் தலைமையில் சென்னை விக்டோரியா பப்ளிக் ஹாலில் ஆங்கிலத்தில் ஆன்மத்தேடல் சார்ந்த சொற்பொழிவினை நிகழ்த்துகின்றார். அந்தக் கூட்டம் அந்தக் காலத்திலேயே 1 ரூபாய் நுழைவுக் கட்டணம் வசூலிக்கப்பட்டு நடத்தப்பட்டது (*நியூ இந்தியா*, 27–2–1919) என்பது சிறப்பாகக் கருதத்தக்கது. அந்தக் காலச் சூழலில் இராஜாஜியின் இல்லத்தில் பாரதி காந்தியடிகளைச் சந்திக்கின்றார். பின்னர் மீண்டும் கடையம் திரும்புகின்றார்.

மூத்த மகள் தங்கம்மாளின் திருமணம் தொடர்பான நிகழ்வுகள், எட்டயபுரம் சென்று வரல், எட்டயபுரத்தில் மன்னரைச் சந்திக்க முடியாது போதல், மன்னருக்குச் சீட்டுக் கவிகள் எழுதுதல், தம்முடைய நூல்கள் அனைத்தையும் 'தமிழ் வளர்ப்புப் பண்ணை' என்னும் அமைப்பை உருவாக்கி வெளியிட முயலுதல், செட்டிநாட்டுப் பெருமக்களின் அழைப்பிற்கிணங்கக் காரைக்குடி, கானாடுகாத்தான் சென்று ஒரு வாரத்திற்கு மேல் தங்குதல், காரைக்குடி இந்து மதாபிமான சங்கம் மீதும் கானாடுகாத்தான் வை.சு. சண்முகம் செட்டியார் மீதும் இரு கவிதைகளை எழுதுதல், காரைக்குடி இந்து மதாபிமான

சங்கத்தாருடன் இன்று புகழ்பெற்று விளங்கும் இரண்டு புகைப்படங்களை எடுத்துக்கொள்ளுதல், காரைக்குடியில் ராய. சொக்கலிங்கம், சொ. முருகப்பா ஆகிய இளைஞர்களோடு பழகுதல், அங்கிருந்து வரும் வழியில் மதுரையில் இறங்கித் தேசபக்தர் ஜார்ஜ் ஜோசப்பைக் காண முயலுதல் ஆகியன நிகழ்கின்றன. கடையம் வாழ்வில் அருகிலிருந்த இரவண சமுத்திரம், பொட்டல் புதூர் ஆகிய ஊர்களில் இசுலாமிய அன்பர்களின் அழைப்பை ஏற்றுச் சொற்பொழிவாற்றுதலும் நிகழ்கின்றது. காரைக்குடிக்கு 1919 அக்டோபர் இறுதியில் சென்று வந்த பாரதியார் பொட்டல் புதூர் முதலிய ஊர்களுக்கு 1920 சூனில் சென்று வருகின்றார். 1920 செப்டம்பரில் *அமிர்தம்* என்ற பெயரில் பத்திரிகை ஒன்றை ஆரம்பிக்கத் திட்டமிடுகின்றார். கடையம் வாழ்வில் மகிழ்ச்சியோடு கசப்பான நிகழ்வுகளும் தலைகாட்டின. கடையத்தைச் சேர்ந்த சாவடி நாராயணப் பிள்ளையின் நட்பு முதலில் மகிழ்வையும் இறுதியில் துயரையும் தருகின்றது (*என் தந்தை பாரதி*, பக். 105 – 116).

விடுதலை பெற்றுக் கடையத்திற்குச் சென்ற காலத்தில், அவ்வப்போது பாரதி நெல்லைக்கு வந்து சென்றிருக்கின்றார். நெல்லையில் சோமசுந்தர பாரதியார் உள்ளிட்டோர் அவரை வரவேற்றதையும் சில நாள் அவர் அங்குத் தங்கியதையும் தாமிரபரணி ஆற்றுத்துறையில் பாடல்கள் பாடியதையும் வரலாறு காட்டுகின்றது (*பொருநைக் கரையில் பாரதி*, பக். 1 – 4) (*நான் கண்ட தமிழ்மணிகள்*, ப. 355). பாரதியின் இறுதிக் காலப்பரப்பில் 1919ஆம் ஆண்டு அன்னி பெசண்ட் நடத்திய *நியூ இந்தியா* இதழில் ஏ.வி. சுப்பிரமணிய ஐயர், உலகக் கவிஞர்களோடு பாரதியை இணைத்து எழுதிய நிகழ்வு நேர்ந்தது. அக்காலத்தில் நெல்லைக்கு அவ்வப்போது வந்து சென்ற பாரதி நெல்லையின் பிரபல வக்கீலும் தேசியவாதியுமான சாது கணபதி பந்துலுவின் வீட்டிற்கு வந்து தங்குவது வழக்கமாம். ஒருமுறை தன்னைப் பாராட்டி எழுதிய ஏ.வி. சுப்பிரமணிய ஐயர் பக்கத்தில் இருப்பதை அறியாத பாரதி, பந்துலுவிடம் அந்தக் கட்டுரையைப் பற்றிக் குறிப்பிட்டு மகிழ்ச்சியை வெளிப்படுத்தியிருக்கிறார்; அதை எழுதியவன் பத்து மைல் தொலைவில் இருந்தாலும் நடந்து போய் மகிழ்ச்சியைத் தெரிவிக்கத் தயார் எனக் கூறியிருக்கின்றார் (*கவி பாரதியின் நினைவுகள்*, ப. 10).

சிறிது காலத்தில் பாரதி சென்னை சென்று *சுதேசமித்திரன்* பணியில் மீண்டும் ஈடுபட முடிவு செய்கின்றார். 1920 சூலை மாத இறுதியிலோ ஆகஸ்டு முன்பகுதியிலோ பாரதி சென்னைக்கு வந்திருக்க வேண்டும் என்பார் பாரதியின் தம்பி சி. விஸ்வநாத ஐயர் (*கவி பிறந்த கதை*, ப. 33).

*சுதேசமித்திர*னில் உதவி ஆசிரியராகப் பணியாற்றிய காலத்தில் முதலில் வேப்பேரியிலும், அடுத்துத் திருவல்லிக்கேணி துளசிங்கப் பெருமாள் கோயில் தெருவிலும் பாரதி வசித்தார். *சுதேசமித்திரன்* நாளிதழிலும் அவர்களே வெளியிட்ட *கதாரத்னாகரம்* என்னும் மாத இதழிலும் பாரதி மிகுதியாக எழுதினார். இந்தக் காலகட்டத்தில் பாரதிக்கு மிக நெருக்கமான வ.உ.சி. வருந்தும்படி ஒரு நிகழ்வு நேர்ந்தது. புதுவையில் தாம் கொண்டாடிய குள்ளச்சாமியைப் பாரதி சென்னைக்கு வரவழைத்தார். இருவரும் பிரம்பூரிலிருந்த வ.உ.சி. வீடு சென்றனர். குள்ளச்சாமி அங்கேயே எண்ணெய் தேய்த்துக் குளிக்க, இருவரும் பின்னர் அபின் தின்று களி கொண்டனர். பாரதியைச் சிதைத்த இந்தப் பழக்கத்தையும் அதற்குத் துணை நின்ற குள்ளச்சாமியையும் வ.உ.சி. வருத்தத்தோடு எண்ணிப் பதிவு செய்திருக்கின்றார் (*வ.உ.சி.யும் பாரதியும்*, பக். 36,37) (*பாரதியின் கடிதங்கள்*, பக். 103 – 105). அதைப்போலவே *தேசபக்தன்* இதழ் அலுவலகத்திற்குச் சென்ற பாரதி சுருட்டுப்பிடித்தபடியே – புகைவிட்டபடியே – வந்தார் என்னும் நிகழ்வைச் சாமிநாத சர்மா பதிவு செய்துள்ளார் (*நான் கண்ட நால்வர்*, பக். 233,234). பாரதியின் இந்தப் பழக்கங்கள் அவரின் உடல் நலத்திற்கு உலைவைத்துக்கொண்டிருந்தன.

இறுதிக் காலத்தில் திருவனந்தபுரத்திற்கு உறவினர் திருமணத்திற்காகச் சென்றதும், கடலூருக்கும் திருவண்ணா மலைக்கும் ஈரோட்டிற்கும் சொற்பொழிவாற்றச் சென்றதும், கடலூரில் மேள தாளங்களோடு 'பெரிய ஜனக் கூட்டம்' கூடிப் பாரதியை வரவேற்றுக் கொண்டாடியதும் (*சுதேசமித்திரன்*, 25–3–1921.) இறுதிக் காலத்தின் விதந்து குறிப்பிடத்தக்க நிகழ்வுகளாகும். பாரதியின் இறுதிக் காலத்தில் குடியிருந்த வீட்டுக்கு அருகிலிருந்த பார்த்தசாரதி கோயிலுக்கு அடிக்கடி பாரதி செல்வதும், அங்கிருந்த கோவில் யானைக்குப் பழம் முதலியன வழங்குவதுமாக இருந்த பாரதியை ஒருநாள் அந்தக் கோவில் யானை தள்ளிவிட்டதும் அங்கே ஓடோடி வந்த குவளைக்கண்ணனால் பாரதி காப்பாற்றப்பட்டு மண்டயம் சீனிவாசாச்சாரியார் உதவியுடன் இராயப்பேட்டை மருத்துவ மனைக்குக் கொண்டு செல்லப்பட்டதும் இறுதிக் காலத்தின் மிக முக்கிய நிகழ்வாகும்.

பின்னர்க் குறிப்பிட்ட காலங்களுக்குப் பிறகு உடல்நலம் கெட்ட பாரதி, வயிற்றுப் போக்கால் பாதிக்கப்பட்ட பாரதி, மருந்தை உட்கொள்ள மறுத்த பாரதி – உயிருக்குப் போராடிக் கொண்டிருந்தார். அந்த நாளில் கைது செய்யப்பட்டுச் சிறைக்கு அழைத்துச் செல்லப்பட்ட நிலையில் வ.வே.சு. ஐயர் பாரதியைச்

சந்தித்துவிட்டுச் சென்றார். சிறிது காலம் முன் சுதேசமித்திரன் அலுவலகத்தில் ரா. கனகலிங்கம் பாரதியைச் சந்தித்த நிகழ்வும் நடந்தது. நோயில் துடித்த பாரதி 1921 செப்டம்பர் 11ஆம் நாள் (11ஆம் தேதி நள்ளிரவைத் தாண்டி சுமார் 1 மணிக்கு) காலமானார்.

பரலி சு. நெல்லையப்பர், லக்ஷ்மண ஐயர், குவளைக் கிருஷ்ணமாச்சாரியார், ஹரிஹர சர்மா, வக்கீல் சா. துரைசாமி ஐயர், சீனிவாசாச்சாரியார், திருமலாச்சாரியார், கிருஷ்ணசாமி சர்மா, நீலகண்டன், இராமச்சந்திர ஐயர், சின்னஸ்வாமி ஆகியோர் உடலத்தைச் சுமக்கவும் பின்செல்லவும், சுரேந்திரநாத் ஆர்யா, சக்கரை செட்டியார் உள்ளிட்ட சிலர் இரங்கல் உரையாற்றவுமாகப் பாரதியின் உடலும் இவ்வுலகிலிருந்து விடைபெற்றது.

– இவையே பாரதியின் இறுதிக் காலத்தின் முக்கியப் புள்ளிகளாக, முக்கிய நிகழ்வுகளாக அமைகின்ற செய்திகளாகும்.

~

பாரதியை இறுதிக்காலத்தில் சென்னையிலும் பிற இடங்களிலும் மீண்டும் சந்தித்தவர்களும் முதன்முறையாகச் சந்தித்தவர்களும் ‘ஞானி’, ‘பிரம்மஞானி’, ‘ஞானக்கிறுக்கர்’ என்றெல்லாம் கருதுமாறு அவரது தோற்றமும் செய்கையும் மனப்போக்கும் அமைந்திருந்தன. புதுவை வாழ்வின் இறுதியில் எதிர்பார்த்தவாறு அரசியல் சூழல் அமையாமை, சாமியார்கள் தொடர்பு, ஒருமுறை தன் கருத்துக்கு மாறாக மனைவி நடந்துகொண்டதால் ஏற்பட்ட கசப்பும் வெறுப்பும், போதை வஸ்துப் பழக்கம், கடலூரில் கைது செய்யப்பட்டுச் சிறையில் இருந்த நாள்களில் மனநலம் குன்றியமை, எழுதிக்கொடுத்துவிட்டு விடுதலை பெற்றமைக்காக மைத்துனர் அப்பாத்துரை கடிந்துகொண்டமை, தன் அடிப்படை லட்சியத்திற்கே ஊறுவிளைவிக்கும்வண்ணம் எழுதிக்கொடுத்துவிட்டு வெளிவந்ததால் ஏற்பட்ட அதிக மனக்குழப்பம் ஆகியன பாரதியின் மனத்தில் இருந்த ஆன்மீக – ஆன்மத்தேடல் சார்ந்த பக்கத்தை நோக்கி உந்தித் தள்ளி அதற்கு அதிக முக்கியத்துவத்தை அளித்ததன் விளைவே இந்த மாற்றம் என்று கருதத் தோன்றுகின்றது.

இதனை உறுதி செய்வனவாகப் பின்வரும் கூற்றுகள் அமைகின்றன:

> என் தந்தை மீது அளவற்ற அன்பும் மதிப்பும் கொண்டிருந்த என் தாய்மாமன் ஸ்ரீ அப்பாத்துரை அய்யருக்கு, **என்**

தந்தை சித்த ஸ்வாதீனம் அற்றவர்போல் ஆகிவிட்டார் என்ற செய்தி, எத்தனை மனக்குழப்பத்தை விளைவித்திருக்கும்?

(என் தந்தை பாரதி, ப. 87)

உலகிற்கே ஒரு வழிகாட்டியான பெரிய கவிஞர், தேசபக்தர் என்று எல்லோராலும் புகழப்படுவதையே கேட்டுப் பழகியதால், என் தந்தைக்கு நிகரானவர் யாருமே கிடையாது என எண்ணிப் பெருமை கொண்டிருந்த என் சிறிய உள்ளம், **என் தந்தையைப் பித்தன் எனப் பிறர் பேசுவதைக் கேட்டுக் குன்றிவிட்டது.** பின்னர், சில நாட்கள் மனச்சாந்தி சிறிதுமில்லாது நரக வேதனையுடன் கழிந்தன. **என் தந்தை தமது துன்பத்தை போதை வஸ்துக்கள் மூலம் மறக்க முயன்றார்.** அதன் கொடுமையால் வீட்டு வாழ்க்கைத் துன்பக் களஞ்சியமாயிற்று. **எப்போதும் ஏற்பட்ட மனக்கொதிப்பினால் அவரது உடல்நிலையும் மிகவும் பாதிக்கப்பட்டது.**

(என் தந்தை பாரதி, ப. 88)

ஒரு மாதம் சிறைவாசம் செய்வதற்குள் **மனநோயுற்ற என் தந்தை** உடல் நோய்க்கும் உள்ளாகி, இராஜீய விஷயங்களில் இனித் தலையிடுவதில்லை என்று வாக்குக் கொடுத்துவிட்டுச் சிறையினின்றும் வெளிவந்து விட்டார்.

(என் தந்தை பாரதி, ப. 93)

என் தந்தை தேசிய விஷயங்களில் இனி சம்பந்தப்படுவதில்லை, அது சம்பந்தமான பிரசங்கங்கள் செய்வதில்லை என எழுதிக் கொடுத்துவிட்டு வெளிவந்ததில் என் மாமனுக்கு மிக்க வருத்தம்... என் தந்தை கேளாமல் சிறையிலிருந்து வெளிவந்தது சரியல்ல எனக் கோபித்தார். **வீட்டில் எப்பொழுதும் கோபப் பேச்சுக்கள், மன வருத்தங்கள்...**

தம் வாழ்க்கையின் இலட்சியமாகப் போற்றி வந்த தேசத் தொண்டு ஆற்றுவதற்கான அரசியலில் சம்பந்தப் படுவதில்லை எனத் தாம் வாக்களித்தது பின்னால் **அவருக்கு அதிக மனக் குழப்பத்தை உண்டாக்கிற்று.**

(என் தந்தை பாரதி, பக். 93,94)

பாரதியின் மகள் சகுந்தலா பாரதி எழுதியுள்ள இந்தச் செய்திகள் பாரதியின் இறுதிக்கால வரலாற்றில் மிகு கவனத்திற் குரியவை.

புதுவையிலிருந்து வெளியேறிக் கடையத்திற்கு வந்து வசித்த காலப்பரப்பில் பாரதியைச் சந்தித்த இளமை நண்பர்

நாவலர் சோமசுந்தர பாரதியார், பாரதி உடல்நலம், வலுக் குன்றிக் காட்சியளித்ததோடு, "நைந்த உருவத்தோடு மனவலியும் எய்த்து வருவது நாள்தோறும் சிநேகிதர்களுக்குக் கவலை தந்தது" (*பாரதி பாடல்கள் – ஆய்வுப் பதிப்பு*, ப. 1077) எனக் குறிப்பிட்டிருந்தது சகுந்தலா பாரதியின் கூற்றுகளோடு இணைத் தெண்ணத்தக்கதாகும்.

எனினும் இத்தகைய மனச்சோர்விலிருந்து பாரதி பெரிதும் மீண்டு மீண்டும் மிளிரத் தொடங்கியதைச் சென்னை வாழ்க்கை நமக்குணர்த்துகின்றது.

இந்திய அரசியல், விடுதலை குறித்து எழுதுவதில்லை எனும் நிபந்தனைக்குட்பட்டு விடுதலை பெற்ற பாரதி, பின்னாள் களில் அவை குறித்து எழுதியிருக்கின்றார் என்பதும் (முன்னர் விதிக்கப்பட்ட தடைகள் நீங்கிவிட்டன எனப் பாரதியே எழுதியுள்ளார் – *பாரதியின் கடிதங்கள்*, ப. 77) கருத்தில் கொள்ளத்தக்கது.

~

பிந்தைய சூழல்களில் சில சுவையான கருத்தில் கொள்ளத் தக்க நிகழ்வுகள் ஏற்பட்டிருக்கின்றன. காக்கை குருவி எங்கள் ஜாதி என்றும் எல்லா உயிரிலும் கடவுள் இருக்கின்றார் என்றும் எண்ணி எழுதி வாழ்ந்த பாரதி, கழுதைக் குட்டியைக் கட்டித் தழுவிக்கொண்ட நிகழ்ச்சி கடைய வாழ்வில் நிகழ்ந்தது; சிங்கத்தோடு உறவாடி உரையாடிய நிகழ்வு திருவனந்தபுரத்தில் நிகழ்ந்தது. யானையோடு உறவாடிய நிகழ்ச்சி திருவல்லிக்கேணி யில் நிகழ்ந்தது (*என் தந்தை பாரதி*, பக். 137–139). (புதுவையிலிருந்த போதே கொலை செய்யப்படுவதற்காக இழுத்துச் செல்லப்பட்ட ஆடு ஒன்றினை விலை கொடுத்து வாங்கிக் காத்த நிகழ்வும் நேர்ந்தது.)

~

ஏற்கெனவே தமிழ், ஆங்கிலம், சமஸ்கிருதம், இந்தி, பிரெஞ்சு, வங்காளம், ஜெர்மன், இலத்தீன், உருது, தெலுங்கு ஆகிய பலமொழிகளை அறிந்திருந்த பாரதி கடைசி நாட்களில் அரபி மொழியையும் மலையாள மொழியையும் கற்கத் தொடங்கியிருக்கின்றார்.

ஆத்திசூடி இளம்பிறை அணிந்த சிவனையும், பாற்கடல்மிசைப் பள்ளி கொண்ட திருமாலையும், மகம்மது நபிக்கு மறையருள் புரிந்தோனையும், ஏசுவின் தந்தையையும் ஒன்றெனக் கண்ட பாரதி, வேத ரிஷிகளின் கவிதையைத் தமிழில்

கண்ட பாரதி 'குர் ஆனை' மொழிபெயர்க்கத் தொடங்கினார் என்பதும் (*என் தந்தை பாரதி*, ப. 130), பைபிளை மொழிபெயர்க்க விரும்பினார் என்பதும் (*பாரதி – யார்?*, ப. 75) எண்ணத்தக்க இறுதிக் கால நிகழ்வுகளாகும்.

~

இவ்வாறு அமைகின்ற பாரதியின் இறுதிக்கால வாழ்வுள் மிகக் குறிப்பிடத்தக்க நிகழ்வாக அமைவது திருவல்லிக்கேணி பார்த்தசாரதி கோவில் யானை பாரதியைத் தாக்கிய, கீழே தள்ளிவிட்ட, அந்தக் கொடிய நிலையில் இருந்து பாரதி உயிர் பிழைத்த நிகழ்வாகும்.

பாரதி வாழ்க்கையின் இறுதிக்காலத்தில் நிகழ்ந்த மிக முக்கியமான சம்பவமாகவும், பாரதியின் மரணத்திற்கு ஒருவகையில் காரணம் என்ற நிலையிலும் வரலாற்றாசிரியர்களாலும், கவிஞர்களாலும், பொதுநிலைத் தமிழன்பர்களாலும் குறிப்பிட்டுப் பேசப்பெறும் நிகழ்வாக இது அமைகின்றது.

~

இருபதாம் நூற்றாண்டில் பாரதியை அடுத்த பெருங் கவிஞராகவும், பாரதியைக் குருநாதராகக் கொண்டு கவிதை வாழ்வை நடத்தியவராகவும், பாரதியாரோடு புதுவையில் பல்லாண்டுகள் பழகியவராகவும் விளங்கும் பாரதிதாசனின் வாழ்க்கை லட்சியமாகவும் இறுதிக்காலப் பெருங்கனவாகவும் விளங்கியது பாரதியின் வாழ்க்கை வரலாற்றைத் திரைப்படமாக எடுப்பதேயாகும். அதன்பொருட்டு அவர் எழுதிய கதை உரையாடலின் இறுதிக்காட்சி பாரதியை யானை தாக்கிக் கீழே தள்ளிவிடுவதாகவும் மருத்துவமனைக்கு அழைத்துச் செல்லப்படுவதாகவுமே அமைந்திருந்தது.

அக்கதை உரையாடலின் இறுதிப்பகுதி:

கோயில் யானை கட்டும் இடத்தில் யானை நிற்கிறது. பலர் வேடிக்கை பார்க்கிறார்கள் அச்சத்தோடு. பாரதி அதனிடம் நெருங்கி அதன் துதிக்கையைத் தடவிக் கொடுக்கிறார். யானை தள்ளிவிடுகிறது. பாரதி யானையின் நான்கு கால்களுக்கு நடுவில் விழுந்தவர் அசைவற்றுக் கிடக்கின்றார். மக்கள் கூட்டத்தைப் பிளந்து கொண்டு ஓடி வந்த குவளைக் கண்ணன் – காலடியிற் கிடந்த பாரதியைக் கைப்பிள்ளை போல் தூக்கி வந்து காப்பாற்றுகிறார். மக்கள் குவளைக் கண்ணனைக் கும்பிடுகிறார்கள்.

கோவிந்தா என்ற சத்தம் வானைப் பிளக்கிறது.

அதே நேரத்தில், வ.வே.சு. ஐயர் சீனிவாசாச்சாரியார் முதலியவர்கள் வந்துவிடுகிறார்கள்.

கூட்டத்தார்: யானை தள்ளிக் காலடியில் கிடத்திவிட்டது பாரதியாரை. குவளை ஐயங்கார் காப்பாற்றாவிட்டால் செத்திருப்பார்.

கீழே கிடத்தப்பட்டிருக்கும் பாரதியாரை நோக்கிய வ.வே.சு கூறினார்

:இங்கிலீஷ்காரன் வாரண்டு எடுத்துவிட்ட போது பாரதியை, கிருஷ்ணா, அன்றுங் காத்தாய்! இன்றும் காத்தாயப்பா!

மருத்துவமனை நோக்கிப் போகிறது பாரதி கிடக்கும் வண்டி!

(பாட்டுப் பறவைகள், ப. 217)

இத்தொடர்பில் கருத்தில் கொள்ளத்தக்க துயரம் பொதிந்த உண்மை ஒன்று உள்ளது. யானையால் தாக்குண்ட பாரதியை மருத்துவமனைக்குச் சுமந்து செல்கின்றது வண்டி என்று எழுதி முடித்த பாரதிதாசனும், உடன் ஒரு வண்டியிலேற்றிச் சென்னைப் பொது மருத்துவனைக்குக் கொண்டு செல்லப்பட்டார். பின்னர்ப் பாரதிதாசன் உயிரோடு திரும்பவில்லை.

பாரதிதாசனின் இப்படைப்பில் பதிவுபெற்றிருப்பதை யொப்ப, பாரதியின் வாழ்க்கையைப் பேசும் பிற படைப்புகளிலும் இச்சம்பவம் முதன்மை நிலையில் பதிவுபெற்றுள்ளது. அத்தகு நிலையில் ஒரு பெருங்கவிஞன் வாழ்வின் மிக முக்கியமான நிகழ்வாக இது அமைந்துவிட்டது.

~

பாரதி வாழ்க்கை வரலாற்றாசிரியர்களுள் முதன்மையானவர் வ.ரா. ஆவார். பாரதியோடு நேரில் பழகிய அவர் படைத்த நூலானது பாரதி வாழ்க்கை வரலாற்று நூல்களில் முதன்மையான இடத்தைப் பெறுவதாகும். அவர் யானை தாக்கிய சம்பவத்தைப் பின்வருமாறு விரிவாக எழுதியுள்ளார்:

சென்னையில் திருவல்லிக்கேணியில் பார்த்தசாரதி சுவாமி கோயிலுக்குப் பக்கத்து வீதியில் பாரதியார் குடியிருந்தார். கோயில் யானையோடு அவர் சகோதரத்துவம் கொள்ளப் பார்த்த கதை விசித்திரமானது.

பார்த்தசாரதி சுவாமி கோயிலுக்குப் போகும் பொழு தெல்லாம் பாரதியார் கையில் தேங்காய் பழம் கொண்டு

போவார், இவைகள் சுவாமிக்காக அல்ல; வெளியே கட்டியிருக்கும் யானைக்காக. யானையைத் தமது சகோதரனாகப் பாவித்த பாரதியார், அதற்குத் தேங்காய் பழம் முதலியவைகளைக் கொடுத்து நல்லுறவு ஸ்தாபித்துக் கொள்ள முயன்றார்; பழக்கம் அதிகமாக அதிகமாக, அதன்கிட்டே போய் இவைகளைக் கொடுக்கவும் செய்வார்; சில சமயங்களில் துதிக்கையைத் தடவியுங் கொடுப்பார்.

சகோதரத்துவம் முதிர்ந்து வருகிறது என்பது பாரதியாரின் எண்ணம். இவ்வாறு நடந்து கொண்டிருக்கையில், ஒரு நாள் வழக்கம் போல, 'சகோதரா!' என்று பழங்களை நீட்டினார். யானையோ வெறிகொண்டு பழங்களோடு பாரதியாரையும் சேர்த்துப் பிடித்து இழுத்துத் தான் இருக்கும் கோட்டத்துக்குள் கொண்டு போய்விட்டது. பாரதியாரை யானை காலால் மிதித்துவிடுமோ என்று பக்கத்திலிருந்தவர்கள் கதிகலங்கிப் போனார்கள். பாரதியார் கோட்டத்துக்குள் படுகிடையாகக் கிடந்தார்.

பாரதியாருக்கு நேர்ந்த விபத்தை எப்படியோ, எங்கிருந்தோ கேள்விப்பட்ட குவளைக்கண்ணன், பறந்து வந்தது போல ஓடிவந்து, யானை இருந்த இரும்புக் கிராதிக் கோட்டத்துக்குள் பாய்ந்து, பாரதியாரை எடுத்து நிமிர்த்தி, கிராதிக்கு வெளியே நின்றவர்களிடம் தூக்கிக் கொடுத்தார். சபாஷ் குவளைக் கண்ணா! இவ்வாறு யார் செய்ய முடியும்? பாரதியாரிடம் உயிராக இருந்த குவளைக் கண்ணனால்தான் முடியும்! யானைக்கு மதம் பிடித்திருந்த சமயம், ஆனால், அதைப் பற்றிக் குவளைக்கண்ணனுக்கு என்ன கவலை?

பாரதியார் பிழைத்தார்; குவளைக்கண்ணனும் கோட்டத்தி லிருந்து வெளியே வந்தார். பயம் அறியாது உயிரைத் துரும்பாக மதித்த வீரனைப் படம் பிடிக்க வேண்டுமானால், அப்பொழுது காட்சி அளித்த குவளைக் கண்ணனைப் படம் பிடித்திருக்க வேண்டும்.

'காக்கை குருவி எங்கள் ஜாதி, நீள் கடலும் மலையும் எங்கள் கூட்டம்' என்று பாடிய பாரதியார், யானையோடு சகோதரத்துவம் கொண்டாடிய இந்தச் சம்பவத்துக்குப் பின்னர் வெகுகாலம் உயிரோடிருக்கவில்லை. யானையின் சேஷ்டையால், பாரதியாரின் தேகம் முழுதும் ஊமைக் காயங்கள். இவைகள் பாரதியாருக்கு மரண வலியைத் தந்தன. அவ்வளவு பொறுக்க முடியாத வலி! காயங்களால் ஏற்பட்ட வலியெல்லாம் தீர்ந்துவிட்டது. ஆனால், இந்தச்

சம்பவம் நடந்த மூன்று மாதங்களுக்குள் பாரதியார் இறந்து போனார்...

சகோதரத்துவத்தை ஒரு வகையில் பாராட்டிப் பழகி வந்த தம்பியான யானை, இறுதியில் ஏமாற்று வித்தை செய்தது, பாரதியாரின் உள்ளத்தில் பெரும்பாரமாகத் திடீரென்று விழுந்திருக்க வேண்டும். பெரும்பாரம் தாங்கின், தளர்ந்து வளைந்து கொடுக்கும் சுபாவம் பாரதியாரிடம் கிடையாது. எனவே, பிறர் கண்ணுக்குப் படாதபடி, அவருடைய மனம் உடைந்து போயிருக்க வேண்டும். அதனால்தான் அவ்வளவு விரைவில் பாரதியார் மறைந்து போனார்.

(மகாகவி பாரதியார், பக். 159—161)

இந்தச் சம்பவத்தைத் 'தவப்புதல்வர் பாரதியார் சரித்திரம்' நூலில் செல்லம்மா பாரதியும், 'என் தந்தை பாரதி' நூலில் திருமதி சகுந்தலா பாரதியும், 'பாரதி தமிழ்' நூலின் முற்பகுதியில் பெ. தூரனும், 'சித்திர பாரதி' நூலில் ரா.அ. பத்மநாபனும், 'என் குருநாதர்' நூலில் ரா. கனகலிங்கமும், 'மகாகவி பாரதி வரலாறு' நூலில் சீனி. விசுவநாதனும் விரிவாக முதன்மை நிலையில் எடுத்துரைத்துள்ளனர். பிற பாரதி வரலாற்றாசிரியர்களும் இந்த நிகழ்ச்சியை விரிவாகவும் அழுத்தமாகவும் எடுத்துரைத்துள்ளனர்.

இந்த நிகழ்வு பொதுநிலையில் பல்வேறு வகையில் கண் காது மூக்கு வைத்துப் பெரிதுபடுத்திப் பேசப்பட்டதும் உண்டு.

~

யானை பாரதியைத் தாக்கிய இந்தச் சம்பவமானது எப்படிப் பொய்யும் புனைவுமாக இந்திய அளவிலான ஓர் இதழில் எழுதப்பெற்றது என்பதைப் பாரதியாரின் தம்பி சி. விசுவநாதன் பின்வருமாறு எடுத்துரைத்திருந்தார்:

சிலர், தாங்கள் – பிறர் சொல்லக் கேட்டோ, அல்லது பிறர் எழுதியிருப்பதைப் பார்த்தோ சில சம்பவங்களை வெளியிட்டிருக்கிறார்கள். உதாரணமாக, கல்கத்தாவில் பிரசுரமாகும் 'மாடர்ன் ரெவ்யூ' (Modern Review) என்ற பிரபல பத்திரிகையில் 1955ஆம் வருஷம் நவம்பர் மாத வெளியீட்டில் திரு. நரேந்திரதேவ் என்பவர் எழுதியிருக்கிறார்:

"Bharati sacrificed his life to save a deadly frightened girl from the attack of a mad elephant, who ran amuck on the street. The girl was saved by him, but he himself could not escape the rage of that mad beast, who killed him on the spot."

இது உண்மையல்ல. பாரதி திருவல்லிக்கேணி துளசிங்கப் பெருமாள் கோயில் தெருவில் குடியிருந்த போது, பார்த்தசாரதி கோயில் யானைக்குத் தினமும் பழங்கள் கொடுப்பது வழக்கம். ஒரு சமயம், அந்த யானைக்கு மதம் பிடித்திருந்தது. அப்போதும் வழக்கம் போல் யானைக்குப் பழங்கள் கொடுக்கச் சென்ற பாரதியாரை யானை இழுத்துத் தன் காலடியில் கிடத்திக் கொண்டு விட்டது. அங்கே கூடியிருந்தவர்கள் என்ன செய்வதென்று தெரியாமல் தவித்தார்கள். ஆனால் அவரைக் காப்பாற்ற முன்வரவில்லை. நல்ல வேளையாகப் பாரதியாரின் நண்பர் குவளைக்கிருஷ்ணமாசாரியார், இந்தச் செய்தி கேட்டு, ஓடோடியும் வந்து, ஒரே பாய்ச்சலாகப் பாய்ந்து, பாரதியாரை வெளியே கொண்டு சேர்த்தார். இந்தச் சம்பவத்துக்குச் சில மாதங்களுக்குப் பிறகே பாரதியார் இறந்து போனார்.

தமிழகத்தில் பிரசுரமாகியிருக்கும் சில குழந்தைகள் பாடப் புத்தகங்களிலேயே, யானை தள்ளி, காயமுற்று, அதனின்றும் மீளாமலேயே, பாரதியார் இறந்ததாக எழுதி யிருக்கும்போது, பல நூறு மைல்களுக்கப்பாலுள்ள வங்கத்தில் வசித்த திரு. நரேந்திரதேவ், யாரோ சொல்லக் கேட்டு, மேற்கூறியவாறு எழுதியிருப்பது ஆச்சரியம் அன்று. இந்த ரகத்தைச் சேர்ந்தவர்களை நாம் ஒருவாறு மன்னித்து விடலாம்.

(கவி பிறந்த கதை, பக். 10,11)

இவ்வாறான நிலைகளைக் கடந்து கால ஓட்டத்தில் இன்று பெரிதும் உண்மையே வழங்கி வருகின்றது. எனினும் சிறுசிறு மாறுபாடுகளும் மிகைநவிற்சிகளும் துல்லியமின்மைகளும் இச்செய்திகளுள் காட்சிதருகின்றன.

~

இந்நிகழ்ச்சி நடந்த காலத்தில் – நிகழ் களத்தையொட்டி இருந்தவர்களான குவளைக்கண்ணனும் மண்டயம் சீனிவாசாச்சாரியாரும் இச்சம்பவம் குறித்து எழுதிய பதிவுகள் நானறிந்தவரை கிடைக்கவில்லை; எழுதியுள்ளனரா எனத் தெரியவுமில்லை.

~

அச்சூழலில் உடனிருந்தவர்கள் எழுதியவை என்ற நிலையில் கிடைத்துள்ள முதன்மையான பதிவுகள் இரண்டு.

அந்தச் சம்பவம் நடந்த நாளில் திருவல்லிக்கேணியில், பாரதி இல்லத்தில் பாரதியின் மனைவி செல்லம்மா பாரதியும் மகள் சகுந்தலா பாரதியும் இருந்தனர். இவ்விருவர்தம் நூல்களிலும் இச்சம்பவம் விளக்கப்பட்டுள்ளபோதிலும் செல்லம்மா பாரதி பெயரில் வெளிவந்த நூலை அவரே சொந்தமாக எழுதவில்லை. பலகாலம் சென்ற பின்னர் அவர் ஞாபகத்திலிருந்து சொல்லச் சொல்ல அதற்கு நூல்வடிவம் தந்தவர் அவரது மூத்த மகள் தங்கம்மாள் பாரதி ஆவார். செல்லம்மா பாரதியும் சகுந்தலா பாரதியும் சம்பவத்தை நேரில் பார்த்தவர்களில்லையென்றபோதிலும் சம்பவம் நடந்த நேரத்தில் அருகிலிருந்த இல்லத்தில் இருந்திருக்கின்றனர். உடனடியாகச் செய்திகளை அறிந்தவர்கள் அவர்களே. அதன் தொடர்விளைவுகளையும் நேரடியாகக் கண்டவர்களும் அவர்களே.

வீட்டிலிருந்த பாரதியின் மகள் சகுந்தலாவிற்கு இந்தச் செய்தியை முதன்முதலில் ஓடி வந்து தெரிவித்தவர் "ரெங்காள்" என அழைக்கப்பட்ட சகுந்தலாவின் நெருங்கிய தோழி. இவரது முழுப்பெயர் ஆ.ஜி. ரங்கநாயகி. பாரதியின் நண்பர் மண்டயம் சீனிவாசாச்சாரியாரின் மகள் இவர். பாரதியியலில் முதன்மையாக அறியப்படும் யதுகிரியின் சகோதரியான இவர் பாரதியின் வாழ்க்கை நிகழ்வுகளில் தான் நேரடியாக அறிந்தவற்றின் அடிப்படையில் "பாரதியார் இல்லற நாடகம்" என்னும் நூலையும் பின்னாள்களில் படைத்தவர்.

இவர் பாரதியின் மகள் சகுந்தலாவின் வயதொத்தவர். சகுந்தலாவோடு திருவல்லிக்கேணியில் ஒரே பள்ளியில் படித்தவர். யானையால் தாக்கப்பட்டுப் பாரதி விழுந்துகிடந்த காட்சியை நேரடியாகக் கண்ட இவர் அந்நிகழ்ச்சியை எழுத்தாளர் ரகமிக்கு அளித்த நேர்காணலில் விரிவாக எடுத்துரைத்திருக்கின்றார். இதனை உண்மை என உறுதி செய்வதாகவும், இதன் தொடர்ச்சியாக அமைவதுமே சகுந்தலா பாரதி நினைவுகூர்ந்து எழுதிய பதிவாகும்.

அந்த நிகழ்ச்சியைச் சகுந்தலா பாரதி பின்வருமாறு விவரிக்கின்றார்:

> காலை நேரத்தில் சில சமயம் என் தந்தை பார்த்தஸாரதி கோயிலுக்குப் போவார். அங்கு வாசல் மண்டபத்தில் கட்டியிருக்கும் யானைக்குப் பழம் வாங்கிக்கொடுப்பார். பின் அதனுடன் விளையாட்டாகச் சிறிது வார்த்தையாடி விட்டு வருவது வழக்கம். சில நாளாகக் கோயில் பக்கம் போகாதிருந்த என் தந்தை ஒரு நாள் வழக்கம்போல

யானைக்குப் பழம் கொடுக்கப் போனார். யானைக்கு மதம் பிடித்திருந்ததால் நான்கு கால்களுக்கும் சங்கிலி போட்டுக்கட்டப்பட்டிருந்தது. ஜனங்கள் கம்பி வேலிக்குப் புறம்பே நின்று வேடிக்கை பார்த்துக் கொண்டிருந்தார்கள். என் தந்தை உள்ளே சென்றபோது அவரை யாரும் தடுக்கவில்லை போலும்! வழக்கம் போல வாழைப்பழத்தை யானையின் அருகில் சென்று கொடுத்தார். துதிக்கையை நீட்டிப் பழத்தை வாங்கிய யானை, பின் அவரைத் துதிக்கையால் கீழே வீழ்த்திவிட்டது. யானையின் நான்கு கால்களுக்கும் இடையில் விழுந்துவிட்டார். கீழே பாறாங்கல் பரவிய தரை. என் தந்தை எழுந்திருக்கவில்லை. முகத்தினின்றும் இரத்தம் பெருக்கெடுத்துவிட்டது. யானை தன் நண்பனுக்குத் தீங்கிழைத்துவிட்டோமே என்ற பச்சாத்தாபத்துடன் தன் பிழையை உணர்ந்தது போல, அசையாமல் நின்றுவிட்டது. அது தன் காலை ஒருமுறை அசைத்திருக்குமானால் அத்துடன் 'பாரதியார் கதை' முடிந்திருக்கும்! சுற்றி நின்றிருந்த ஜனங்கள் திகைத்துவிட்டார்கள். உள்ளே நுழைந்து அவரைத் தூக்க ஒருவருக்கும் தைரியம் இல்லை. அந்த வேளையில் 'எங்கிருந்தோ வந்தான்' குவளைக் கிருஷ்ணன். தன் உயிரைத் திரணமாக மதித்து உள்ளே குதித்து என் தந்தையைத் தூக்கிக் கொண்டு வந்தான். பின்னர் கேட்க வேண்டுமா? ஜனங்கள் அவரைத் தாங்கிய வண்ணம் கோயில் வாசல் மண்டபத்திற்குக் கொண்டு வந்தார்கள். எதிர் வீட்டில் குடியிருக்கும் ஸ்ரீ ஸ்ரீனிவாஸாசாரியாருக்கு விஷயம் எட்டியது. அவர் ஓடிவந்து ஒரு வண்டியில் என் தந்தையைப் படுக்க வைத்து ஆஸ்பத்திரிக்குக் கொண்டுபோனார். குவளைக் கிருஷ்ணனும் கூடவே போனான்.

ஸ்ரீனிவாஸாசாரியார் பெண் 'ரெங்காள்' என்பவள் எங்கள் வீட்டிற்கு ஓடிவந்தாள். "சகுந்தா, அப்பாவை ஆனை அடிச்சுடுத்து," என்று அழுதுகொண்டே கத்தினாள். கடவுளே! அந்த ஒரு நிமிஷம் என் உள்ளம் இருந்த நிலையை எதற்கு ஒப்பிடுவேன்? – அப்பாவை ஆனை அடிச்சுடுத்து – ரெங்காவுடன் பார்த்தஸாரதி கோயில் வாயிலுக்கு ஓடினேன். அதற்குள் அவரை ஆஸ்பத்திரிக்குக் கொண்டு போய்விட்டார்கள். எந்த ஆஸ்பத்திரி என்று தெரியாது. என்ன செய்வது?

திருவல்லிக்கேணியில், விக்டோரியா ஹாஸ்டலில் என் தாயாரின் இளைய சகோதரர் வசித்து வந்தார். அவரைப்

போய் அழைத்து வருவதற்காக விக்டோரியா ஹாஸ்டலுக்குப் போய்ச் சேர்ந்தேன். அங்கு அவர் குடியிருந்த அறை எண் தெரியாது. ஒருவாறு தேடிக் கண்டுபிடித்து அவரிடம் செய்தியைத் தெரிவித்தேன். ஜெனரல் ஆஸ்பத்திரிக்குத்தான் கொண்டு போயிருப்பார்கள் என நினைத்து அவர் அங்கு சென்றார். பின்பு, நான் வீடு திரும்பிவந்தபோது என் தந்தையை வீட்டுக்குக் கொணர்ந்து விட்டிருந்தார்கள். மேல் உதட்டில் யானையின் தந்தம் குத்தியதால் ஏற்பட்ட காயம். தலையில் நல்ல பலமான அடி. மண்டை சிதைவுற்று இருந்தது. நல்ல காலமாக, அவரது பெரிய தலைப்பாகை இருந்தபடியால் தலை தப்பிற்று.

(என் தந்தை பாரதி, பக். 132—134)

~

பாரதியின் புதுவை வாழ்க்கையின் போது அவரால் பூணூல் அணிவிக்கப்பட்ட சீடர் ரா. கனகலிங்கம் இந்தச் சம்பவம் நடந்த நாள்களில் சென்னையில்தான் இருந்திருக்கின்றார். சில நாள் முன்பு பாரதியாரைச் *சுதேசமித்திரன்* அலுவலகத்திலும் சந்தித்திருக்கிறார். ஒருநாள் சென்னையில் இருந்தபோது *சுதேசமித்திரனில்* 'பார்த்தசாரதி கோவில் யானை பாரதியாரைத் தள்ளி விட்டது' என்ற வாக்கியம் கண்ணில்படவே திருவல்லிக்கேணிக்கு விரைந்து வந்து பாரதியின் இல்லத்தில் பாரதியைக் கண்டிருக்கின்றார். யானை தாக்கிய சம்பவத்தால் பாதிக்கப்பட்டிருந்த பாரதியை நேரடியாகக் கண்ட அவர் அந்தக் காட்சியைப் பின்வருமாறு விவரித்திருக்கின்றார்:

நான் உள்ளே போய் பாரதியார் படுத்திருந்த அறைக்குச் சென்று பார்த்தேன். தலையில் கட்டுடன் படுத்திருந்த பாரதியாரைக் கண்ணுற்றதும் எனக்கு விசனம் பொங்கியது. என் முகக்குறியைக் கண்டதும் பாரதியார் மிகவும் மெதுவான குரலில், 'விரைவில் குணமாகிவிடும், இப்போது பேச முடியவில்லை' என்றார். நான் சிறிது நேரம் பாரதியாரைப் பார்த்துக்கொண்டே இருந்துவிட்டு என் ஜாகைக்குத் திரும்பினேன்.

பாரதியார் சுகம் அடையும் வரையில் நான் அடிக்கடி போய்ப் பார்த்துவந்தேன். அவர் சௌக்கியமடைந்ததும் எனக்குப் பரம சந்தோஷம். 'சுவாமி! யானை எப்படித் தள்ளிவிட்டது?' என்று கேட்டேன். பாரதியார் என்னை நோக்கி இளம் புன்னகையுடன், 'அடேய்! எப்போதும்

நான் அந்த யானைக்கு வெல்லம் கொடுப்பது வழக்கம். அன்று அது தென்னை ஓலையைத் தின்று கொண்டிருந்தது. அச்சமயம் நான் வெல்லத்தை நீட்டினேன். அது தலை குனிந்தவண்ணம் ஓலைப்பட்சணத்தைப் பட்சித்துக் கொண்டிருந்ததால், என்னைப் பார்க்கவில்லை. என்னைப் பாராமலேதான் தும்பிக்கையால் தள்ளிவிட்டது. அதுதான் எனக்குத் தெரியும்' என்றார்.

நான் பாரதியாருடைய குழந்தை உள்ளமாகிய கவிதை உள்ளத்தை எத்தனையோ சம்பாஷணைகளில் அனுபவித் திருக்கிறேன். அந்தக் கோவில்யானை நிகழ்ச்சியிலும், அந்த நிகழ்ச்சியை அவர் என்னிடம் வெளியிட்ட முறையிலும் மீண்டும் கண்டு கொண்டேன். அவர் தலைக்கட்டுடன் படுத்த படுக்கையாகக் கிடந்த அந்தத் தோற்றம் இன்றும் என் மனக்கண்முன் அப்படியே வருகிறது. குழந்தையுள்ளம் கொண்ட ஒரு மகா புருஷர் படுத்திருப்பதாகவே தோன்றியது, இன்றும் அப்படியே தான் தோன்றுகிறது.

(என் குருநாதர் பாரதியார், பக். 117,118)

~

யானையால் தாக்குண்டதை அறிந்த பரலி சு.நெல்லையப்பர் ஒரு மருத்துவரை விரைந்து அழைத்துவந்தார் எனவும், நெல்லையப்பரை நோக்கிப் பாரதியார், "நீயே எனக்கு மருந்து. வேறு மருந்து தேவையில்லை" என்று சொல்லிச் சிகிச்சையை மறுத்து விட்டார் *(நான் அறிந்த தமிழ்மணிகள், ப. 146)* எனவும் பாரதி குறித்த கட்டுரையொன்றில் பி.ஸ்ரீ. எடுத்துரைத்துள்ளமையும் இத்தொடர்பில் மனங்கொள்ளத்தக்கது.

~

பாரதியின் நண்பர் நாவலர் சோமசுந்தர பாரதியார் யானை தாக்கிய சம்பவம் பத்திரிகைகளில் வெளிவந்தமையையும் பாரதியின் மனப்பாங்கையும்,

சமீபத்தில், சென்னையில் யானைக்குப் பழமருத்தப் போய், மிதியுண்டு, பலநாள் வருந்தியது பத்திரிகை படிக்கும் பலருக்கும் தெரியும். இவர் தமக்கு சர்வ ஜீவராசிகளோடும் பகையற்ற நேசமுண்டென்று வற்புறுத்தி வாதிக்கக் கேட்டிருக்கிறேன்.

(பாரதி பாடல்கள் – ஆய்வுப் பதிப்பு, ப. 1078)

எனக் குறிப்பிட்டுள்ளமை, சம்பவம் நடந்த காலத்தில் பத்திரிகை களில் அச்செய்தி வெளிவந்தமையை உணர்த்துகின்றது.

பிற்காலத்தில் பாரதி அன்பர் ரா. கனகலிங்கமும் இதனைக் குறிப்பிட்டுள்ளார்.

~

யானை தாக்கிய நிகழ்ச்சி குறித்த பல பதிவுகளுள் பாரதியின் மகள் சகுந்தலா பாரதியின் பதிவும் ஆ.ஜி. ரங்கநாயகி அம்மாளின் பதிவும் முதல்நிலையில் நம்பகமாகக் கொள்ளத்தக்கன.

யானை கீழே தள்ளிய சம்பவம் பாரதியின் உடலில் எத்தகைய பாதிப்பை ஏற்படுத்தியிருந்தது என்பதைச் சகுந்தலா பாரதியின் குறிப்பின் இறுதிப்பகுதி தெளிவாகச் சுட்டுகின்றது. 1. மேல் உதட்டில் ஏற்பட்ட காயம் 2. மண்டை சிதைவுறும் அளவில் தலையில் பலமான அடி என்பவையே அவை.

உண்மைக்கு மிகவும் நெருக்கமாக இந்தப் பதிவு அமைகின்ற போதிலும் சம்பவம் எப்பொழுது நடந்தது என்ற காலகட்டத்தைச் சகுந்தலா பாரதியின் குறிப்பு எடுத்துரைக்கவில்லை. ஆனால் ஆ.ஜி. ரங்கநாயகி அம்மாளின் நேர்காணலில் ஜூன் மாதம் என்னும் காலக் குறிப்பு இடம்பெற்றுள்ளது. இதன் அடிப்படையில்தான் போலும் பாரதி வரலாற்றாசிரியர்கள் சம்பவம் நடந்த காலத்தைப் பின்வருமாறு குறிப்பிடுகின்றனர்.

1. "இந்தச் சம்பவம் நடந்த மூன்று மாதங்களுக்குள் பாரதியார் இறந்துபோனார்" – வ.ரா.
2. "இந்தச் சம்பவத்திற்குப் பிறகு அவர் நெடுநாள் உலகில் வாழவில்லை" – பெதூரன்
3. "யானைச் சம்பவம் ஜூன் மாதத்தில்." – ரா.அ. பத்மநாபன்
4. "யானையால் தாக்குண்ட அதிர்ச்சி சம்பவம் 1921 ஜூன் மாதத்தில் நிகழ்ந்திருக்கலாம் போலும்" – சீனி. விசுவநாதன்

சம்பவம் நடந்த காலம் குறித்த பாரதி வரலாற்றாசிரியர்களின் முதன்மையான பதிவுகள் இவை. செல்லம்மா பாரதி, சகுந்தலா பாரதி, கனகலிங்கம் முதலியோர் காலத்தைப் பற்றிக் குறிப்பிடவில்லை. மேற்காட்டிய குறிப்புகளில் இறப்பதற்கு மூன்று மாதங்கள் முன் என்பதும், ஜூன் மாதத்தில் என்பதும் ஒன்றே. இக்குறிப்புகள் பாரதி இறப்பதற்கு மூன்று மாதங்கள் முன்னால் அதாவது ஜூன் மாதத்தில் பார்த்தசாரதி கோவில் யானை பாரதியைத் தள்ளிய நிகழ்ச்சி நடந்தது என்று குறிப்பிடுகின்றன.

~

பாரதியியலில் குறிப்பிடத்தக்க பங்களிப்புகளான "கால வரிசைப்படுத்தப்பட்ட பாரதி படைப்புகள்" தொகுதிகளை

உருவாக்கிய சீனி. விசுவநாதன், பன்னிரண்டாம் தொகுதியின் இறுதிப் பகுதியில் எதிர்காலத்தில் தேடிக் கண்டுபிடிக்க வேண்டிய பாரதி படைப்புகள் பற்றிக் குறிப்பிடும் இடத்தில் அளித்துள்ள ஒரு குறிப்பு, பாரதியின் இறுதிக்கால வாழ்க்கை தொடர்பான ஓர் அரிய உண்மையைக் கண்டறிய உறுதுணையாக அமைகின்றது. அக்குறிப்பு வருமாறு:

> பாரதியின்பால் ஈடுபாடு கொண்டு வளர்ந்து வரும் இளைய தலைமுறையினர் நம்பிக்கையுடன் முயற்சி செய்தால் பலன் கிடைக்கும்.
>
> ஆக, பாரதியின் படைப்புச் செல்வங்கள் தேடுதற்குரிய தொடர் பணிக்கு உரியவை என்பதாகக் கருத வேண்டும்.
>
> சில எடுத்துக்காட்டுகளை நான் சுட்டிக்காட்டினால், தேடல் தொடர் பணியின் அருமை வாசகர்களுக்கு மட்டுமில்லை– ஆய்வாளர்களுக்கும் புலப்படும்.
>
> ‘சுதேசமித்திர’னின் வருஷ அனுபந்தங்களில் பல கண்ணால் பார்க்க முடியவில்லை. அம் மலர்களில் பாரதி படைப்புகள் இடம்பெற்றன என்ற சேதியைத்தான் தெரிந்துகொள்ள முடிகிறது.

சுதேசமித்திரன் வருஷ அநுபந்தம் பற்றியும், அதில் இடம்பெற்றுள்ள பாரதியின் எழுத்துகள் பற்றியும் இவ்வாறு குறிப்பிட்ட சீனி. விசுவநாதன், 1920ஆம் வருஷ அநுபந்தம் குறித்த 08–01–1921ஆம் நாளிட்ட சுதேசமித்திரன் இதழ்த் துணைத்தலையங்கத்தையும் எடுத்துக்காட்டியுள்ளார்:

> இன்று மித்திரனுடன் நமது வருஷ அனுபந்தமும் சேர்த்து அனுப்பப்படுகிறது. அனுபந்தம் வெளியாகச் சிறிது தாமதமேற்பட்டதாயினும், அதில் அடங்கியுள்ள விஷயங்களைப் படித்தால் தாமதத்தை நமது நண்பர்கள் மன்னித்து விடுவார்கள் என்று நம்புகிறோம்.
>
> ஸ்ரீமான் சி. சுப்பிரமண்ய பாரதியால் எழுதப்பட்ட வருஷ வரலாறுடன் அனுபந்தம் ஆரம்பமாகிறது. அந்த வரலாறானது சென்ற 1920–ம் வருஷத்தில் இந்தியர் பட்ட அவமானங்களை ஞாபகப்படுத்தி, நாம் சுவாதீனமடைய வேண்டுமென்ற ஆசையைப் பெருக்கக் கூடியதாயிருக்கிறது.
>
> அடுத்தாற்போல் லோகமான்ய திலகரைப் பற்றி ஸ்ரீ சக்திதாஸன் எழுதியுள்ள சில குறிப்புகள் சிதம்பர தரிசனத்துக்கு ஆசைப்பட்ட நந்தனாரைப்போல் சுவாதீனத் துக்குத் திலகர் ஆசைப்பட்டதை விளக்குகின்றன.

> ...மறுபடியும் 'மன்மத ப[ர]ாணி' என்று கதை சொல்ல ஸ்ரீமான் சி.சுப்பிரமணிய பாரதி வந்துவிட்டார். உள்ளூறைப் பொருள் விளங்கும்படி கதை சொல்லுவதில் பாரதிக்குள்ள சாமர்த்தியம் இக்கதையில் நன்கு பிரகாசிக்கிறது.
>
> ஸ்ரீ பாரதியின் கதைகள் தெவிட்டாதனவாகையால் 'கோயில் யானை' என்ற கதையைப் படித்துவிட்டு, பாரதியின் கதை இன்னுமிருக்கிறதோ என்று நேயர்கள் தேடிப் பார்ப்பார்கள் என்பது நிச்சயம்.
>
> (*சுதேசமித்திரன், 8–1–1921, ப. 4*)

மேலும், "துணைத் தலையங்கத்தில் குறிப்பிட்டுள்ள பாரதியின் எழுத்துகளை எப்படியேனும் தேடிப் பெற வேண்டாமா?" எனத் தேடத் தூண்டியும் உள்ளார். அவரால் மேலும் தேடிக் கண்டுபிடிக்கப்பட வேண்டியவை என்னும் நோக்கில் எடுத்துக் காட்டப்பட்ட துணைத்தலையங்கப் பகுதிதான் பாரதி வாழ்வின் இறுதிக்காலம் தொடர்பான ஓர் உண்மையைத் தன்னுள் பொதிந்து வைத்திருக்கின்றது.

*8–01–1921*இல் வெளிவந்த *சுதேசமித்திரன்* துணைத் தலையங்கமானது, அன்று வெளிவந்த *சுதேசமித்திரன்* வருஷ அநுபந்தத்தில் பாரதி எழுதிய 'கோயில் யானை' என்னும் கதை இடம்பெற்ற செய்தியைத் தெரிவிக்கின்றது. இச்செய்தி ஒரு வரலாற்று உண்மையைச் சுமந்து நிற்கிறது.

சற்று ஊன்றிப் பார்த்தால், 'கோயில் யானை' என்னும் கதைத் தலைப்புக்கும் பாரதியின் வாழ்க்கைக்குமான தொடர்பு குறித்த அந்த அரிய உண்மை புலப்படத் தொடங்கும். 'கோயில் யானை' என்னும் தலைப்போடு பார்த்தசாரதி என்னும் சொல்லை மனத்தில் இணைத்து நினைத்தால் உண்மை இன்னும் எளிதாக விளங்கத் தொடங்கும்.

ஆனால் இவ்வளவெல்லாம் சிந்திக்கத் தேவையில்லாதபடி, பாரதியின் இறுதிக்காலத்தில் அந்தச் சம்பவத்தை அருகிருந்து அறிந்த இருவர் ஓர் அரிய குறிப்பைப் பாரதி குறித்த தத்தம் வரலாற்று நூல்களில் தெளிவாக எடுத்துரைத்திருக்கின்றனர். நெடுங்காலத்திற்கு முன்பே வெளிவந்திருக்கின்ற அந்த நூல்களின் அரிய பதிவுகளும் இதுகாறும் பாரதியியலாரின் கவனத்தில் உரியவாறு பதியவில்லை.

சகுந்தலா பாரதியும், ரா. கனகலிங்கமும் தாங்கள் எழுதிய பாரதி குறித்த வரலாற்று நூல்களில் பின்வருமாறு அந்த அரிய பதிவைச் செய்துள்ளனர்:

என் தந்தையின் உயிருக்கு ஆபத்து இல்லையெனக் கேட்டு என் மனம் ஒருவாறு ஆறுதல் அடைந்தது. காயங்கள் சிறிது குணமடைந்து அவர் திரும்ப வேலைக்குச் செல்லப் பல நாட்களாயின. யானை அவரைத் தள்ளிய சில காலத் திற்கெல்லாம், ஏதோ ஒரு பத்திரிகையில் பிரசுரிப்பதற்காக என் தந்தை தனிமையாக நாற்காலியில் உட்கார்ந்திருக்கும் படம் (தாடியில்லாமல்) எடுக்கப்பட்டது. யானை தள்ளிய கதையையும் தன் சொந்தக் கற்பனையையும் சேர்த்துக் 'காளி கோயில் யானை' என்ற கதையொன்று எழுதியிருந்தார். அது 'சுதேசமித்திரனி'ல் பிரசுரிக்கப்பட்டிருந்தது.

(என் தந்தை பாரதி, ப. 134)

தம்மைக் கிழே தள்ளிய கோவில் யானையைக் குறித்துப் பாரதியார் 'சுதேசமித்திர'னில் 'கோவில் யானை' என்ற தலைப்புடன் ஒரு கட்டுரை எழுதினார். அந்த நிகழ்ச்சி 'சுதேசமித்திர'னில் செய்தியாக வெளிவந்தபோது வாசிக்க மனம் பொறாத நான், பாரதியாரின் கட்டுரையைப் படித்துப் பரவசமானேன்.

(என் குருநாதர் பாரதியார், ப. 118)

இக்குறிப்புகளுள் கனகலிங்கத்தின் குறிப்பில் கட்டுரை எனச் சுட்டப்பட்டிருப்பது நெடுங்காலஞ் சென்று ஞாபகத்தில் இருந்து எழுதியதால் எனல் தகும்.

*08–01–1921*இல் வெளிவந்த *சுதேசமித்திரன்* இதழின் துணைத் தலையங்கமானது, அன்று வெளிவந்த *சுதேசமித்திரனின்* வருஷ அநுபந்தத்தில் பாரதி எழுதிய 'கோயில் யானை' கதை இடம்பெற்றமையை எடுத்துரைத்துள்ளது. பார்த்தசாரதி கோயில் யானையால் கீழே தள்ளிவிடப்பட்டுப் பலத்த அடியையும் காயங்களையும் பட்ட பாரதி, அதன்பின் அந்த உண்மைச் சம்பவத்தோடு கற்பனை கலந்து 'காளி கோயில் யானை' என்னும் தலைப்பில் ஒரு கதை எழுதியதாகவும் அது *சுதேசமித்திரனில்* வெளிவந்ததாகவும் பாரதியோடு இறுதிக்காலத்தில் வசித்த மகள் சகுந்தலா பாரதி தெளிவாகக் குறிப்பிட்டிருக்கின்றார். இந்த இரண்டு செய்திகளையும் இணைத்துப்பார்க்கும்பொழுது பாரதியைத் திருவல்லிக்கேணி பார்த்தசாரதி கோவில் யானை தள்ளிவிட்ட வரலாற்று முக்கியத்துவம் கொண்ட அந்தச் சம்பவம் நடந்த காலத்தை நாம் கண்டறிய முடிகின்றது. சம்பவம் நடந்து சில நாள்களோ பல நாள்களோ சென்ற பின்னரே அந்த உண்மைச் சம்பவத்தோடு கற்பனை கலந்து பாரதி அந்தப் படைப்பை ஆக்கியிருக்கின்றார். அந்தப் படைப்பு *8–01–1921*ஆம் நாள் வெளிவந்த *சுதேசமித்திரன்*

வருஷ அனுபந்தத்தில் இடம்பெற்றுவிட்டது. இதனைத் துணைத் தலையங்கம் தெளிவாகக் குறிப்பிட்டுள்ளது. அந்தப் படைப்பு வெளிவந்ததற்கு முன்பே இந்தச் சம்பவம் நடந்ததால் யானையால் தாக்குண்ட சம்பவம் பெரிதும் 1920 டிசம்பரில் நடந்திருக்க வேண்டும். எவ்வாறாயினும் 1921 ஜனவரிக்கு முன்னரே யானையால் தாக்குண்ட சம்பவம் நிகழ்ந்துவிட்டது என்பது தெளிவாகின்றது. வருஷ அனுபந்தம் தாமதமானதற்கு இந்த விபத்தும் ஒரு காரணமாக இருக்கக் கூடும். அனுபந்தத்தில் முதன்மைபெறும் எழுத்துகள் பாரதியின் எழுத்துகளே என்பதைத் துணைத் தலையங்கம் உணர்த்துகின்றது. பாரதி வரலாற்றாசிரியர்கள் இதுவரை கூறிவந்த இறப்பதற்கு மூன்று மாதம் முன் அதாவது ஜூன் மாதத்தில் இந்தச் சம்பவம் நடந்தது என்னும் கருத்துக்கு மாறாக இறப்பதற்கு ஒன்பது மாதம் முன்னரே யானையால் தாக்குண்ட சம்பவம் நடந்துவிட்டது என்பது இவற்றையெல்லாம் இணைத்துப் பார்க்கும்பொழுது புலனாகின்றது.

~

பார்த்தசாரதி கோவில் யானை தாக்கியதை ஒட்டிப் பாரதியின் இறப்பு நிகழ்ந்ததான கருத்து பரவலாக நிலவுகின்றது. எனினும் இப்பொழுது கிடைத்துள்ள அரிய தரவுகளால் யானை தாக்கிய சம்பவத்திற்கும் இறப்பிற்கும் இடையில் குறிப்பிடத்தக்க கால இடைவெளி உள்ளமை தெளிவாகின்றது. இந்த இடைவெளி யானை தாக்கியமைக்கும் இறப்பிற்கும் நேரடியான தொடர்பில்லை என்பதை உறுதிசெய்கின்றது. இடைப்பட்ட காலத்தில் பாரதி வெளியூர் நிகழ்ச்சிகளில் பங்கேற்றதையும் எழுதிக் குவித்ததையும் வரலாறு காட்டுகின்றது. எனினும் யானையால் தாக்கப்பட்டமை பாரதியின் உடல்நலத்தைப் பலவீனமாக ஆக்கியிருக்கவேண்டும். நேரடியாக இல்லையெனினும் மறைமுகமாக மெல்ல மெல்ல அந்த விபத்து அவரின் உடல் நலத்தைக் குன்றச் செய்திருக்கவேண்டும். இவ்வாறு கருதுமாறு சகுந்தலா பாரதியின் பின்வரும் குறிப்பும் அமைந்துள்ளது:

> என் தந்தையார் தமக்குகந்த தொழிலான பத்திரிகைக்கு வியாசம் எழுதுவதிலும், பாட்டுக்கள் புனைவதிலும், நண்பர்களுடன் சல்லாபம், கடற்கரைக் கூட்டங்கள், நிபுணர்களுடன் சங்கீத ஆராய்ச்சி முதலியவற்றாலும் சிறிது மனச்சாந்தி பெற்றவராகக் கூடியவரை உற்சாகத்துடன் இருந்து வந்தார். ஆனால், யானையினால் தள்ளப்பட்டு நோயில் வீழ்ந்தபின், அவரது உடல்நிலை அத்தனை திருப்திகரமானதாக இல்லை.
>
> *(என் தந்தை பாரதி, ப. 139)*

‘கோயில் யானை’ கதை, பாரதியின் இறுதிக்கால வாழ்க்கையோடு மிக முக்கியமான வகையில் தொடர்புடையது என்பதை உணராத நிலையில், தேடப்படவேண்டிய படைப்புகளுள் ஒன்றாக அதனைச் சீனி. விசுவநாதன் குறிப்பிட்டிருந்தார். பாரதியின் எண்ணத்தில் யானை கீழே தள்ளிவிட்ட அந்தச் சம்பவம் ஒரு படைப்பை உருவாக்கும் அளவுக்குத் தாக்கத்தை உண்டாக்கியிருக்கிறது என்பது மனங்கொள்ளத்தக்கது. அத்தகு வரலாற்று முக்கியத்துவம் கொண்ட “கோயில் யானை” படைப்பும் இப்பொழுது கிடைத்துவிட்டது. இந்தப் படைப்பு உண்மையில் சிறுகதையாக அமையவில்லை. ஒரு சிறு நாடகமாக அமைந்துள்ளது. அமரபுரத்தின் அரசன் சூரியகோடி என்பவன். அவனது மகன் இளவரசன் வஜ்ரி. அவ்விளவரசன் தன் நாட்டிலே உள்ள ஒரு பெருஞ்செல்வனாகிய நித்தியராமன் என்பவனது மகள் வஜ்ரலேகையைக் காதலிக்கின்றான். மன்னனோ அங்க தேசத்து அரசன் மகளை மணந்து கொள்ளுமாறு தன் மகனுக்குச் சொல்கிறான். அங்க தேசத்து அரசன் மகனாகிய சந்திரவர்மன் வஜ்ரியின் தோழனாகவும் விளங்குகின்றான். ஒருநாள் தோழனோடு இளவரசன், காளி கோவில் யானைக்கு மதம் ஏறியிருப்பது தெரியாமல் அருகில் சென்று பழத்தை அளிக்கின்றான். தன் தோழனிடம் அந்த யானை தனக்கு மிகவும் பழக்கமானது என்றும் தன்னிடம் பூனைக்குட்டி போல நடந்துகொள்ளும் என்றும் சொல்லிவிட்டுப் பக்கத்திலே செல்கின்றான். பல காலம் பழக்கமானதாக இருந்தபோதிலும் இம்முறை துதிக்கையால் இளவரசனைக் கீழே தள்ளிவிட்டது யானை. அப்போது நடந்ததைச் சந்திரவர்மன் என்னும் அந்தத் தோழனது கூற்றாகப் பின்வருமாறு அந்தப் படைப்புள் பாரதி விவரிக்கின்றார்:

> சந்திர: ஆனால் இந்த முறை துரதிருஷ்ட வசத்தால் இவன் நேரே தன் முகத்தைக் காட்டாமல் தலையைக் குனிந்துகொண்டு யானையிடம் சென்றான். அப்படிக்கு அது அதிகமாக ஒன்றும் செய்யவில்லை. துதிக்கையால் இவனைத் தள்ளி வீழ்த்தி விட்டது. கீழே ஒருகல் மண்டையில் அடித்து ரத்தம் வெள்ளமாகப் பெருகிற்று. யானை அதைக் கண்ட மாத்திரத்தில் திடுக்கிட்டுப் போய் விட்டது. அப்போது நான் அந்த யானையின் முகத்தை உற்று நோக்கினேன்; ஓரிரு க்ஷணங்கள் தன் துதிக்கையால் வஜ்ரியின் கால்களைத் துழாவிக்கொண்டிருந்தது. இவன் பிரக்கினையின்றிக் கீழே அதன் முன்பு வீழ்ந்து கிடக்கிறான். ‘உம், உம்’ என்று ஒருவித உறுமுதல் இவன் வாயினின்றும் வெளிப்பட்டுக்கொண்டிருந்தது. யானை, தன் தந்தையுடைய கடிகாரத்தை வீழ்த்தியுடைத்துவிட்டுப்

பின் பச்சாதாபமெய்தும் குழந்தை விழிப்பது போலே விழித்துக் கொண்டு நின்றது. ஓரிரு க்ஷணங்களுக்கப்பால், நான் மனத்தைத் தைரியப்படுத்திக் கொண்டு வேலிக்குள் இறங்கி இவனை வெளியே தூக்கி வந்தேன். வெளியே கொண்டு வந்து நிறுத்திய அளவிலே இவனுக்குப் பிரக்கினை மீண்டுவிட்டது. இதுதான் நடந்த சங்கதி.

இதன் பின்னர் கதையானது மகனின் விருப்பப்படியே அவன் காதலிக்கும் பெண்ணை மணந்து கொள்ளத் தந்தை இசைவளிப்பதாகவும் திருமணம் நிகழ்வதாகவும் நிறைவு பெறுகிறது. தந்தையாகிய அரசன் தன் மகனுக்கு முதலில் சத்திரிய குலத்தினளான ஓர் இளவரசியையே மணம் செய்விக்க விரும்பியதையும், இளவரசனோ வைசியர் குலத்தைச் சேர்ந்த பெண்ணை விரும்பியதையும் இப்படைப்பு குறிப்பிட்டு, மன்னனின் கூற்றாக "எதிர்கால உலகத்தில் காதல் ஒன்றையன்றி அசாசுவதமான பதவி வேற்றுமைகளைக் கருதி விவாக சம்பந்தங்கள் செய்து கொள்ளப்படமாட்டாவாம். அதற்கு இவன் தானே ஒரு வழிகாட்டியாக நின்று, அமரபுரத்து அரண்மனையில் பட்ட மஹிஷியாக ஒரு வைசிய குமாரியைப் புகுத்த விரும்புகிறான். என் விருப்பத்தை மாற்றி நான் இவனுடைய கருத்துக்கு இணங்கி விட்டேன்" என்பதையும் எடுத்துரைக்கின்றது. பாரதியின் இறுதிக் காலப் படைப்புள் ஒன்றான இது வருண வேற்றுமைகளைக் காதல் தகர்த்து விடுவதனை எடுத்துக்காட்டுகின்றது. மேலும் இப்படைப்பின் தொடக்கத்தில் இளவரசனின் காதலி தனக்குள் பேசிக்கொள்வதாக, "நல்லையடா நீ! விதியே, நல்லை நீ. **ஐந்து பிராயம் ஆகுமுன்னே என் தாயைக் கொன்று விட்டாய்**" என்னும் பகுதி அமைந்துள்ளது. இப்பகுதி பெண்ணின் கூற்றாக அமைகின்ற போதிலும் பாரதி தன்னின் கூற்றாகவே இதனை அமைத்துள்ளான் என்று தோன்றுகின்றது. பாரதி தன் இளம் பிராயத்தில் தாயை இழந்துவிட்ட துயரத்தைச் சுயசரிதைப் படைப்பிலும்,

"என்னை யீன்றெனக் கைந்து பிராயத்தில்
ஏங்க விட்டுவிண் ணெய்திய தாய்தனை"

என்று பாடியிருப்பார். அப் பாடலின் சொல் தொடர் பொருளையே கொண்டு அமைந்ததாக இந்த உரைநடைப் பகுதியும் அமைந்திருக்கின்றது. இவ்வாறெல்லாம் உண்மை நிகழ்ச்சியின் அடிப்படையில் சீர்திருத்த எண்ணம் கமழும் ஒரு படைப்பாகவும், தன் வாழ்வின் இளம்பருவ உண்மைச் செய்திகளையும் இறுதிக்கால உண்மை நிகழ்வுகளையும் ஒருசேரப் படைப்பிற்குள் பதிவுசெய்த வெளிப்பாடாகவும் இந்தக் "கோவில் யானை" என்னும் நாடகக் கதைப் படைப்பு அமைந்துள்ளது.

இப்படைப்புள் ரணதீரன் என்னும் பாத்திரத்தின் கூற்றாக, 'இது முதற்காட்சியில் விளைந்த காதல்' என்னும் தொடர் இடம்பெற்றுள்ளது. பாரதியின் தொடக்ககால எழுத்துகளுள் ஒன்றாக 1905இல் *சக்ரவர்த்தினி* இதழில் இடம்பெற்ற 'துளஸீ பாயி என்ற ரஜ புத்ர கன்னிகையின் சரித்திரம்' என்னும் படைப்புள் காணப்படும் பின்வரும் பகுதியும் அதற்கான விளக்கமும் இப்பகுதியோடு ஒப்புநோக்கத்தக்கனவாக அமைகின்றன:

> மகமதிய விஜயனோ அவள்மிசை யாங்கே அடங்காக் காதல் கொண்டான். "முதற் காட்சியினே மூளாக் காதலோர், எவரே காமத்தியன்றார்" என்பது அனுபவ சித்தமன்றோ? (முதலில் பார்த்தவுடனே காதல் கொள்ளாமல் யாவர்தாம் பிறகு காதலுட்பட்டார்? என்பது பொருள், *'Whoever loved that loved not at first sight?' - Shakespeare)*

(*கால வரிசைப்படுத்தப்பட்ட பாரதி படைப்புகள்*, தொகுதி – 1, ப. 89)

வரலாற்றுப் பாங்கில் அமைந்த இந்த நாடகப் படைப்புள் பாரதியின் தொடக்ககால, இறுதிக்கால வாழ்க்கை நிகழ்வுகள் குறிப்பாக உணர்த்தப்பெற்றுள்ளன. காதலை மையமிட்ட படைப்பான இது, வருணப் பாகுபாடுகளை, பதவிப் பாகுபாடு களைத் தாண்டிக் காதல் நிறைவேறுவதாக, அவ்வாறு நிறைவேறுதலே எதிர்கால இயற்கை எனக் கருத்துரைப்பதாக அமைந்துள்ளமை குறிப்பிடத்தக்கது.

~

பாரதி வாழ்வின் முக்கிய நிகழ்வின் தாக்கத்தில் தோன்றிய படைப்பாகவும், அந்த நிகழ்வின் காலத்தைக் கணிக்க உதவும் படைப்பாகவும் அமைகின்ற 'கோவில் யானை'யைக் குறித்துச் சிந்திக்கையில் மகாகவி நூல்களின் பதிப்பு வரலாறு கண்முன் விரிகின்றது.

மகாகவி பாரதியின் எழுத்துகள் அவர் பணிபுரிந்த *சுதேசமித்திரன்* இதழிலும் அவர் முன்னின்று செயல்பட்ட, நடத்திய *இந்தியா* முதலிய இதழ்களிலும் இடம்பெற்றன. வி. கிருஷ்ணசாமி ஐயர் உதவியாலும், பரலி சு. நெல்லையப்பரின் வெளியீட்டு முயற்சியாலும், *சுதேசமித்திரன்* புத்தகச் சாலைப் பிரிவின் முயற்சியாலும் என அவர் படைப்புகள் குறு நூல்களாக அவர் வாழ்ந்த காலத்தில் வெளிவரலாயின.

இறுதிக் காலத்தில் தமது படைப்புகளையெல்லாம் தொகுத்து நாற்பது தொகுதிகளாகத் 'தமிழ் வளர்ப்புப் பண்ணை' என்னும் அமைப்பின் வாயிலாக வெளியிடப் பாரதி மேற்

கொண்ட முயற்சிகள் கைகூடவில்லை. பாரதியின் மறைவுக்குப் பிறகு, 1925ஆம் ஆண்டைய மதிப்பில் நூறு ஏக்கர் நிலம் வாங்கக் கூடிய அளவிற்குப் பணம் தந்து அவருடைய படைப்புகளை யெல்லாம் வெளியிடும் உரிமையைப் பெறக் கானாடுகாத்தான் வை.சு. சண்முகம் செட்டியாரும், சுரேந்திரநாத் ஆரியாவும் செய்த ஏற்பாடுகள் செல்லம்மா பாரதியின் சகோதரர் அப்பாத்துரை ஒத்துழைக்காததால் நடைமுறைக்கு வரவில்லை.

பின்னர் பாரதி ஆசிரமம், பாரதி பிரசுராலயம் முதலிய அமைப்புகளின் வாயிலாகச் செல்லம்மா பாரதியும், பாரதியாரின் இளவல் சி.விசுவநாதன் அவர்களும் செய்த முயற்சிகளால் மெல்ல மெல்ல நூல்கள் தொகுதிகளாக வெளிவரலாயின. *மணிக்கொடிக்* காலத்தில் வ.ரா. பாரதியாரின் எழுத்துகளைத் திரட்டி வெளியிட எண்ணியிருப்பதாகச் செய்தி *மணிக்கொடியில்* வெளிவந்தது. விடுதலைப் போராட்ட ஈடுபாடு, படைப்பாக்க முயற்சி என்னும் நிலைகளில் விளங்கிய வ.ரா.வால் தொகுப்பு, பதிப்புப் பணிகளுள் தம்மை ஈடுபடுத்திக்கொள்ள இயலவில்லை. இதனிடையே பெ.தூரன் *சுதேசமித்திரன்* அலுவலகத்திற்கே சென்று பாரதியின் எழுத்துகளைத் திரட்டினார். பின்னர் அவை 'பாரதி தமிழ்' என்னும் பெயரில் அருந்தொகுதியாக வெளிவந்தது. சென்னை அரசாங்கம் 1949இல் பாரதி படைப்புகளின் உரிமையைப் பெற்று ஒரு குழுவை அமைத்து அரசாங்க வெளியீடுகளாக 1953 முதல் 1963 வரையிலான கால எல்லையில் பாரதி படைப்புகளைத் தொகுதிகளாக வெளியிட்டது.

ரா.அ. பத்மநாபனின் முயற்சியால் பாரதியின் பல அரிய படைப்புகள் தேடித்திரட்டப்பட்டுப் 'பாரதி புதையல் திரட்டு'களாக, பாரதியின் கடிதங்களாக, பிறநூல்களாக வெளிவந்தன. பாரதியின் *இந்தியா* இதழிலிருந்த கட்டுரைகளை, படைப்புகளை இளசை மணியன் முதன்முறையாக அரும்பாடுபட்டுப் பதிப்பித்தார். பாரதியின் தம்பி, தொ.மு.சி.ரகுநாதன், பெ.சு.மணி, இறையரசன் முதலியோர் தேடலில் தலைப்பட்டுச் சிலவற்றை வெளிப்படுத்தினர். பாரதியோடு தொடர்புடையோரும் பிற பாரதி அன்பர்களும் அவ்வப்போது தங்களால் இயன்ற ஓரிரு படைப்புகளை இதழ்களின் வாயிலாக வெளிப்படுத்தினர். வெளிவராத பாரதியின் படைப்புகளை அக்காலகட்டத்தில் பல இதழ்களும் வெளியிட்டன. இவற்றுள் *கலைமகள், குமரிமலர்* முதலியன குறிப்பிடத்தக்கன. சீனி. விசுவநாதன் இந்த மரபிலே பலரினும் கூடுதலாகப் பல படிகள் சென்று பாரதி படைப்புகளைக் கண்டெடுத்துத் தொடர்ந்து நூல்களாக வெளியிட்டார். இவற்றின் கொடுமுடியாகக் 'கால வரிசைப்படுத்தப்பட்ட பாரதி படைப்புகள்' என்னும் தலைப்பிலான பன்னிரண்டு

தொகுதிகள் அமைந்தன. இந்த நிரலில் ஆ.இரா.வேங்கடாசலபதி தனித்தன்மையோடு குறிப்பிடத்தக்க பங்களிப்புகளை ஆற்றியுள்ளார். *விஜயா* இதழின் படைப்புகள், *இந்தியா* இதழில் இடம்பெற்றிருந்த கருத்துப் படங்கள், *இந்து* ஆங்கில நாளிதழில் இடம்பெற்றிருந்த எழுத்துகள் முதலியன அவரால் வெளிப்பட்டன. இத்தகு முயற்சிகளால் பேரளவிற்குப் பாரதியின் படைப்புகள் நூல்வடிவம் பெற்றுள்ளன.

எனினும் இன்னமும் தேடித்திரட்டப்பட வேண்டியனவும், நூல் வடிவம் பெறவேண்டியனவும் கணிசமான அளவிற்கு உள்ளன.

~

பாரதியின் இறுதிக்காலப் படைப்புகளுள் ஒன்றாக அமைவது இங்கே இடம்பெறுகின்ற 'கோவில் யானை' என்னும் படைப்பாகும். இப்படைப்பு ஒரு சிறு நாடகமாகும்.

இப்படைப்பு 1920ஆம் ஆண்டிற்கான *சுதேசமித்திரன்* அநுபந்தத்தில் முதன்முறையாக வெளிவந்திருக்கின்றது. 8–1–1921ஆம் நாளிட்ட *சுதேசமித்திரன்* இதழ்த் துணைத்தலையங்கம் 'மன்மத ராணி', 'கோயில் யானை' ஆகிய பாரதியார் எழுதிய இரு கதைகள் அவ்வநுபந்தத்தில் வெளிவந்துள்ளமையைக் குறிப்பிட்டுள்ளது.

இவ்விரு கதைகளுள் 'மன்மத ராணி' கதையானது *சுதேசமித்திரன்* அநுபந்தத்தின் வழியாக அல்லாமல், யதுகிரி அம்மாள் எழுதி வைத்திருந்த கையெழுத்துப் பிரதியிலிருந்து ரா.அ. பத்மநாபனால் 'பாரதி புதையல் பெருந்திரட்டு' நூலில் பதிப்பிக்கப்பட்டது.

பாரதியின் கதைகள் இதுவரை *சுதேசமித்திரன்* இதழ் வெளியிட்ட 'கதாமாலிகா' (1920) தொகுதியிலும், பாரதி பிரசுராலயம் பதிப்பித்த 'கதைக்கொத்து' (1931) நூலிலும், 'பாரதி நூல்கள்: கட்டுரைகள்' (1940), 'பாரதி தமிழ்' (1953) ஆகிய நூல்களிலும், 'காலவரிசைப்படுத்தப்பட்ட பாரதி படைப்புகள்' தொகுதிகளிலும், 'பாரதி புதையல் பெருந்திரட்டு' நூல்களிலும் இடம்பெற்றுள்ளன. அண்மையில் இவையனைத்தையும் ஒரு சேரக் கொண்ட நூலாகப் 'பாரதியார் கதைக் களஞ்சியம்' (2012) என்னும் நூல் சீனி. விசுவநாதன் அவர்களின் உதவியோடு நல்லி குப்புசாமி செட்டியாரால் தொகுத்தளிக்கப்பட்டு வெளிவந்துள்ளது. இதுவரை வெளிவந்துள்ள பாரதியின் எழுத்துகளடங்கிய நூல்களில் 'கோவில் யானை' கதை மட்டும் இடம்பெறவில்லை.

~

சுதேசமித்திரன் 1920ஆம் ஆண்டு வருஷ அநுபந்தம் இன்று கண்ணுறக் கிடைக்காத போதிலும் அதில் இடம்பெற்றிருந்த 'கோவில் யானை' படைப்பானது நமக்குப் பிறிதொரு வாயிலின் மூலமாகக் கிடைத்துள்ளது. 1921 ஜனவரி 8ஆம் நாள் வெளிவந்த அந்தக் கதையானது சரியாக முப்பது ஆண்டுகள் கழித்து 1951ஆம் ஆண்டு ஜனவரி மாதம் வெளிவந்த *கலைமகள்* இதழில் இதுவரை நூல்வடிவம் பெறாத பாரதியாருடைய படைப்பு என்னும் குறிப்புடன் வெளியிடப்பட்டது.

1951 ஜனவரி மாதக் *கலைமகள்* இதழில் "கோவில் யானை – ஸி. சுப்பிரமண்ய பாரதியார்" என்னும் தலைப்பிடப்பட்டுப் பின்வரும் குறிப்புடன் அந்நாடகம் வெளிவந்தது:

> பாரதியார் எழுதிய கட்டுரைகளிலும் கதைகளிலும் இன்னும் தொகுதிகளில் சேராதவை சில உண்டு. பழைய பத்திரிகைகளில் அவை புதைந்திருக்கின்றன. அவற்றில் ஒன்று இந்த நாடகம்.

தலைப்பையடுத்து இடம்பெற்றிருந்த இக்குறிப்பானது இரு செய்திகளைத் தருகின்றது. பழைய இதழில் புதைந்திருந்த படைப்பு இது என்பதும், இதுவரை பாரதியார் எழுத்துகள் அடங்கிய தொகுதிகளில் இடம்பெறாத படைப்பு இது என்பதுமே அச்செய்திகளாகும்.

இந்நாடகம் *கலைமகள்* இதழால் தேடிக் கண்டெடுக்கப்பட்டு வெளியிடப்பட்டு இன்று அறுபத்துமூன்று ஆண்டுகளாகிவிட்டன. படைப்பு எழுதப்பட்டு 93 ஆண்டுகளாகிவிட்டன. எனினும் இப்படைப்பு 63 ஆண்டுகளுக்குப் பின்னரும் பாரதியின் எழுத்துகளடங்கிய நூலிலோ, கதைகளடங்கிய தொகுப்பிலோ இடம்பெறவில்லை. அதுமட்டுமன்று பாரதியின் வாழ்க்கையோடு மிக நெருக்கமான தொடர்புடைய இப்படைப்பு – பாரதியின் வாழ்க்கை வரலாற்றுக் காலங்களை வரையறுக்கத் துணை புரியும் இப்படைப்பு – இதுவரை பாரதியியல் ஆய்வாளர்களின் கண்களிலும் படாதுபோய்விட்டது.

இத்தகு வரலாற்று முக்கியத்துவம் வாய்ந்த இப்படைப்பு இப்பொழுது 63 ஆண்டுக் கால இடைவெளிக்குப்பின் வெளிவருகின்றது. இதன்பின் இப்படைப்பு பாரதியின் கதைகளடங்கிய நூல்களுள், எழுத்துகள் அடங்கிய நூல்களுள் சேர்க்கப்பெறுதல் வேண்டும்.

பாரதி ஒரு சில நாடகப் படைப்புகளையே எழுதியுள்ளார் என்பதும், அவர்தம் நாடகங்கள் ஒரு தனித் தொகுதியாகும் அளவிற்கு – ஒரு தனி நூலாகும் அளவிற்கு – இல்லை என்பதும் கருத்தில் கொள்ளத்தக்கன. பாரதி கவிதைத் தொகுதியில்

இடம்பெறும் 'ஜகத்சித்திரம்', 'விடுதலை', 'தந்தையும் மகனும் கடவுளும்' (இரணியன் நாடகம்) முதலியன நாடக அமைப்பி லானவையாய்க் காட்சிதருகின்றன. இப்பின்புலத்தில் நோக்குகை யில் பாரதியின் ஒருசில நாடகப் படைப்புள் 'கோவில் யானை'யும் ஒன்று என்பது எண்ணத்தக்கது.

~

கலைமகளில் இப்படைப்பு வெளிவந்தபோது கதைமாந்தர் பெயர்களுள் 'நித்தியராமன்' என்னும் பாத்திரப் பெயர் பல இடங்களில் அதே வடிவில் காட்சிதர, காட்சி ஐந்தில் மட்டும் அப்பெயரானது இரு இடங்களில் 'சத்தியராமன்' என்னும் வடிவத்தில் காணப்படுகிறது. நாடகத்தின் தலைப்பில் 'கோவில்' எனவும், நாடகத்துள் எல்லா இடங்களிலும் 'கோயில்' என்னும் வடிவமுமாகக் கலைமகள் இதழில் இச்சொல் ஆட்சிபெற்றுள்ளது. நாடகத்தின் தொடக்கத்தில் நாடக மாந்தர் பெயர் நிரலுள் 'சாத்தான்' எனப் பெயர் வடிவம் காட்சிதர, காட்சி 3இல் 'சாத்தன்' என ஆட்சிபெற்றுள்ளது. இம்மாறுதல்கள் சுதேசமித்திரன் மூலத்திலேயே இருந்தனவா கண்டெடுத்து வெளியிடுகையில் தவறுதலாகக் *கலைமகளில்* ஏற்பட்டவையா என்பதை அறிய இயலவில்லை.

நாடகத் தலைப்புள் கோவில், கோயில் என்னும் இரு வடிவங்களில், *சுதேசமித்திரன்* இதழ்த் துணைத்தலையங்கப் பகுதியில் 'கோயில்' என்னும் வடிவம் காணப்படுகிறது. *கலைமகள்* இதழில் நாடகத் தலைப்பில் 'கோவில்' என்னும் வடிவம் காணப்படுகிறது. இந்நூலில் *கலைமகளில்* காணப்பெறும் தலைப்பு அடிப்படையில் நாடகத் தலைப்பு அளிக்கப்பெற்றுள்ளது.

~

'கோவில் யானை' படைப்பைக் கண்டுபிடித்ததும் அதனடிப்படையில் பாரதியைப் பார்த்தசாரதி கோவில் யானை தாக்கிய காலத்தை இனங்கண்டதுமான நாள்கள் இப்பொழுதும் மகிழ்ச்சியையும் பரபரப்பையும் ஏற்படுத்திய நாள்களாகக் கண்முன் விரிகின்றன. அதனை முதலில் என் மகன் ம.நச்சினார்க்கினியனோடு பகிர்ந்துகொண்டு உறுதிப் படுத்திக்கொண்டேன். பின்னர் பேரா. ஆ.இரா. வேங்கடாசலபதி, திரு. சீனி. விசுவநாதன், பேரா. பா. மதிவாணன், சேக்கிழார் அடிப்பொடி டி.என்.ஆர்., அவர்தம் தவப்புதல்வர் மருத்துவர் திரு. டி. ஆர். சுரேஷ், தமிழ்ப் பல்கலைக்கழகத் துணைவேந்தர் பேரா. ம. திருமலை அவர்கள் முதலியோரிடம் பகிர்ந்து கொண்டேன். 2013 செப்டம்பர் 11இல் 'பாரதியாரும் கோவில் யானையும்' என்னும் தலைப்பில் *தினமணியில்* தலையங்கப்

பகுதிக் கட்டுரையாக இச்செய்திகள் வெளிவந்தன. தினமணியின் வாயிலாகத் தமிழுலகம் முழுவதும் இக்கண்டுபிடிப்பைக் கொண்டு சேர்த்த பெரும்பணி தினமணி ஆசிரியர் திரு.கே. வைத்தியநாதன் அவர்களின் பாரதிய உள்ளத்தால் சாத்திய மாயிற்று. 2013 டிசம்பர் இதழில் கோவில் யானை நாடகப் படைப்பை ஆய்வுக்கட்டுரையோடு காலச்சுவடு வெளியிட்டது. திரு. சலபதியும், திரு. கண்ணன் அவர்களும், கவிஞர் சுகுமாரன் அவர்களும் இதில் காட்டிய ஈடுபாடு குறிப்பிடத்தக்கது.

~

என்னுடைய எல்லாப் பணிகளுக்கும் துணைநிற்கும் என் அருமை முனைவர் பட்ட ஆய்வு மாணவர்கள் கு.சு. செந்தில், க. சசி, ச. உமாதேவி, கு. முதற்பாவலர், ஜெ. இராதாகிருஷ்ணன், செ. வீரபாண்டியன், து. ரஞ்சனி, ம.அ. மணிமேகலை ஆகியோர், முன்னர்க் கட்டுரையாக்க முயற்சிகளிலும் இப்பொழுது நூலாக்க முயற்சியிலும் சிறப்பான நிலையில் துணைநின்றிருக்கின்றனர். இவர்கள் அனைவருக்கும் என் அன்பையும் வாழ்த்தையும் உரித்தாக்கி மகிழ்கின்றேன்.

~

இந்நூலின் முதற்பதிப்பில் சுதேசமித்திரனின் துணைத் தலையங்கப் பகுதி சீனி. விசுவநாதன் அவர்களின் நூல் மேற்கோள் வாயிலாக அளிக்கப்பட்டிருந்தது. இடைப்பட்ட காலத்தில் தில்லியில் உள்ள நேரு நூலகத்தில் சுதேசமித்திரன் இதழ் பார்வையிடப்பட்டு இதழில் உள்ளபடி கூடுதல் குறிப்போடு இப்பதிப்பில் அப்பகுதி இடம்பெறுகின்றது. அதன் வாயிலாக முன்னர்க் கூறப்பெற்ற செய்திகள் மேலும் துல்லியம் பெற்றுள்ளன.

இப்புதிய பதிப்பின் பணிகளில் என் அன்பிற்கினிய முனைவர் பட்ட ஆய்வு மாணவர்கள் செல்வி கோ. லோகேஸ்வரி, திரு. சி. இளங்கோ ஆகியோர் துணை நின்றுள்ளனர்.

இதுவரை பாரதியியலில் நூல் வடிவம் பெறாதிருந்த பாரதியின் இறுதிக்கால முதன்மைப் படைப்புகளுள் ஒன்று நூல் வடிவம் பெறுகின்றமை, பாரதி வாழ்வின் ஒரு முக்கியமான பகுதியை, பகுதியின் காலத்தை ஒளிபெறச் செய்கின்றமை என்னும் நிலைகளில் பாரதியியலுக்கு வளம் சேர்க்கின்ற இந்நூலைப் பாரதிய உலகம், தமிழுலகம் பயன் கொள்ளுமாக.

ய. மணிகண்டன்

மகாகவி பாரதியின் 'கோவில் யானை'

நாடகம்

கோவில் யானை

நாடக பாத்திரங்கள்

சூரியகோடி	–	அமரபுரத்து அரசன்.
வஜ்ரி	–	அந்த அரசனுடைய ஒரே குமாரன்.
நித்தியராமன்	–	அமரபுரத்தில் ஒரு பெருஞ்செல்வன்.
ரணதீரன்	–	அந்த நாட்டுக் குதிரைப்படைத் தலைவரில் ஒருவன்.
சாத்தான்	–	அமரபுரத்துக் காளி கோயில் பூசாரி.
சந்திரவர்மன்	–	அங்க தேசத்து அரசன் மகன்; வஜ்ரிக்குத் தோழன்.
வஜ்ரலேகை	–	நித்தியராமன் மகள்; வஜ்ரியின் காதலி.

மந்திரிகள், சேனாதிபதிகள், வேலையாட்கள், தோழிகள் முதலியோர்.

~

காட்சி 1

[அமரபுரத்தில் மிகக் கீர்த்தியும் செல்வமும் உடைய காளிகோயிற் புறத்தே விரிந்த பூஞ்சோலை; சுனைகளும் தடங்களும் நீரோடைகளும் நெருங்கி ஒளிர்வது. அங்கு ஒரு லதாமண்டபத்தில் வஜ்ரலேகை தனியே வீற்றிருக்கிறாள். முன் மாலைப் பொழுது; மிக அழகிய வெயிலொளி.]

வஜ்ரலேகை : (தனக்குள்ளே பேசிக்கொள்ளுகிறாள்.) நல்லையடா நீ! விதியே, நல்லை நீ. ஐந்து பிராயம் ஆகுமுன்னே என் தாயைக் கொன்று விட்டாய். என் பிதா தம்முடைய செல்வங்களையும் கவலைகளையும் ஒருங்கே ஒன்று, பத்து, நூறாயிரமாகப் பெருக்குவதிலேயே எப்போதும் ஈடுபட்டுப் போயினர். என்னைத் தவிர வேறு யாருக்கும் தம்பிடி செல்வம் உடைமையாகி விடாதபடி காக்கும் பொருட்டுத் தாம் இரண்டாந்தாரம் விவாகம் செய்யாமல் நிறுத்திக் கொண்டார். என் பொருட்டே தாம் உயிர்த்திருப்பதாகச் சொல்கிறார். என் குழந்தைகளும், என் புருஷனும், நானும் சந்தோஷமாக வாழ்ந்திருப்பதைத் தாம் பார்த்துவிட்டுத்தான் சாக வேண்டும் என்ற எண்ணம் வைத்திருக்கிறார்.

அந்த எண்ணம் அவர் மனத்தை அட்டை போலக் கௌவிக்கொண் டிருக்கிறது. நல்ல வேளை! எனக்கு இன்னும் கணவனும் குழந்தைகளும்

ஏற்படவில்லை. அந்த நிலைமை இன்றைக்கு ஏற்பட்டால், அவர் அதைப் பார்த்துவிட்டு இன்றைக்கே இறந்துபோய்விடுவார் என்று தோன்றுகிறது. மேலும், இந்த எண்ணத்தை வைத்துக்கொண்டு, விரைவில் மணம் புரிந்து கொள்ளும்படி என்னைச் சதா அரித்துக்கொண்டே இருக்கிறார். செல் அரிப்பதுபோல் அரிக்கிறார். எனக்கோ வயது பதினாறு கழியவில்லை. ஆண்மக்களும் பெண்மக்களும் என்னை மிக அழகுடையவளென்று கருதுகிறார்கள். இந்தத் தேசத்து அரசன் மகனும், மகா சுந்தர புருஷனும், இளம் பெண்களால் பிரத்தியட்ச மன்மதன் என்று போற்றப்படுவோனுமாகிய வஜ்ரி என்மீது பெருங்காதல் கொண்டிருக்கிறான். இப்படி எல்லா வகையிலும் குறைவின்றி இருக்கும் என் மனத்தைக்கூட விதியே, அடா விதியே, விதியே, பாழ்த்த விதியே, நீ ஓயாமல் தீயிடைப்பட்ட புழுவைப்போலே துடித்துக் கொண்டிருக்கும்படி செய்வாயெனில் பொருளில்லார், அழகில்லார், மிடிமைக்கும் நோய்களுக்கும் இரைப்பட்டார் – மற்றைய மாதர்களின் மனத்தை என் படச் செய்வாயோ அறிகிலேன். கணவரை இழந்து, பொருளும் இன்றி, அழகும் இளமையும் தவறிய ஸ்திரீகள், காதல் சுவை இனியில்லையென்று தீர்ந்த நிலையுடையோர் எத்தனை ஆயிரம், எத்தனை லக்ஷம், எத்தனை கோடி! அவர்களுடைய அக வாழ்க்கை எங்ஙனம் இயலுகிறதோ? அவர்கள் மனத்தை எத்தனை கவலைப் புழுக்கள் அரிக்கின்றனவோ? அவர்கள் எங்ஙனம் ஆவி தரித்து நிற்கின்றனரோ அறிகிலேன். ஆ! இளமை கழிந்த பிறகும் காதல் சாகாதன்றோ? மனிதர், விதவைகளாகும்படி பலாத்காரம் செய்தாலும் இயற்கை நெறி மாறுமா? எல்லா உயிர்களுக்கும் எப்படியாவது சிறிது சிறிது சுகம் கிடைக்கத்தான் செய்யும். மேலும், உலகத்தில் இன்பம் யாருக்குமே இல்லை என்றும், இவ்வுலகம் எல்லா உயிர்களுக்கும் எப்போதுமே துன்ப மயந்தான் என்றும் இந்தக் கோயில் தலைவியாகிய விலாஸினி சொல்வதுதான் ஒருவேளை உண்மையோ எப்படியோ?

அப்போது, எனக்குள்ள செல்வமும் இளமையும் பேரழகும் எனக்கு இன்பந் தராமல் இருப்பது வியப்பாக மாட்டாதன்றோ?

ஹூம்! அப்படி இராது; இந்த உலகத்தில் ஏற்படக்கூடிய பலவகைத் துன்பங்களுக்குச் செல்வம் முதலியன மருந்தாகு மென்பதில் ஐயமே இல்லை. இன்பம் தவறாமல் இருப்பதற்கு வேண்டிய சௌகரியங்கள் பெரும்பாலும் நமக்கு இருக்கின்றன. இன்னும் எங்கேயோ ஒரு குறை இருக்கிறது. அதைக் கண்டுபிடித்து நிவிருத்தி செய்துவிடவேண்டும். இந்த உலகம் மாற்றவொண்ணாத துன்ப இயற்கையுடையது என்போரின் வார்த்தையை நான் நம்பவே மாட்டேன்; மாட்டேன்; மாட்டேன்; மாட்டேன்! இங்கு நித்திய இன்பம் கண்டுபிடிக்க முடியுமென்று நமது வேதாரண்ய குரு சொல்வதையே நான் நம்புகிறேன்.

ஆனால், அங்ஙனம் இன்பம் எய்தாதபடி நம்மைத் தடுக்கும் குறை எது என்பதைக் கண்டுபிடிக்க வேண்டும்.

(இவ்வாறு தன் மனத்துள்ளே பேசி வருகையில், கடைசி வசனம் அவளையும் மீறி உரத்த குரலில் வந்துவிட்டது. அப்போது அங்கு ரணதீரன் வருகிறான்.)

ரணதீரன் : பெண்ணே, உனக்கு நல்ல காதலன் இல்லாத குறைதான் இருக்கக்கூடியது. (நகைக்கிறான்.)

வஜ்ரலேகை : நீர் யார்?

ரண : அமரபுரத்து வேந்தனுடைய குதிரைப்படையில் நான் ஒரு தளகர்த்தன்.

வஜ்ர : இங்கு ஏன் வந்தீர்?

ரண : கோவிலுக்குப் பூஜைக்காக வந்தேன். மாலைப் பொழுது மிக இனிமையாகத் தோன்றிற்று. சோலையில் சிறிது நேரம் உலாவி மகிழ்வோம் என்ற எண்ணத்தால் இப்புறம் வந்தேன். இங்கு வந்து நெடுநேரமாக நிற்கிறேன். உன் முகத்தையே பார்த்துக்கொண்டு நின்றேன். ஆனால் இதுவரை நீ என்னைத் திரும்பிப் பார்க்கவில்லை. ஏதோ, ஆழ்ந்த யோசனையில் இருக்கிறாய் என்று

தெரிந்துகொண்டேன். கடைசியாக ஒரு வார்த்தை இரைந்து சொன்னாய். அதற்கு மறுமொழி சொன்னேன்.

வஜ்ர : நல்லது; நீர் போய் வரலாம்.

ரண : கண்மணியே, நின்மீது நான் கரை கடந்த காதலுடையேன்.

வஜ்ர : இங்கு நில்லாமல் போம்.

ரண : நான் இந்நகரத்துக் குதிரைப் படையில் ஒரு தளபதி. என் பிதா பெரிய சேனாபதிகளில் ஒருவராக இருந்து, சமீபத்திலே நடந்த வங்கத்துப் போரில் மிக வீரத்துடன் உயிர் துறந்தார். எனக்குச் சைனியத்தில் நல்ல மதிப்பு இருக்கிறது. அரசன் நேரே என்மீது மிக்க அன்பு வாய்ந்தவன். ஆதலால் என்னை யாரோ ஒரு சாதாரண மனிதனாகக் கருதி நீ பேசுவது சரியல்ல. நான் உன்னைக் காதல் செய்வதால் உனக்கு எவ்வித அவமானமும் விளையாது. நான் உன்னை உலகறிய மணம் புரிந்துகொள்ளும் நோக்கமுடையேன். குலத்தில் க்ஷத்திரியன். நாட்டில் உயர்ந்த உத்தியோகம் வகிக்கிறேன். ஆதலால் நீ என்னை எவனோ கதியற்றவனென்று கருதிப் பேசுவதை நிறுத்தி எனக்கு அருள்புரிய வேண்டும். உன்னையன்றி உறுபுகல் வேறில்லை. உன்னைக் கண்ட அளவிலே காதல் கொண்டேன். **இது முதற்காட்சியில் விளைந்த காதல்**. இதுவரை எத்தனையோ ஆயிரம் மகளிருடனே பழகியிருக்கிறேன். எவளிடத்தும் என் மனம் இங்ஙனம் வீழ்ச்சி பெற்றதில்லை. நீ எனக்குக் கடவுள் காட்டிய பெருங்களிக் கோலம். என்னை இகழாதே! என்னைத் துரத்தாதே; என்மீது கருணை கொள். என்னைக் காதல் செய். எனக்கு நீயே கதி.

வஜ்ர : நீர் இங்கிருந்து போக உடம்படுகிறீரா, இல்லையா?

ரண : நீ நான் கேட்டதற்கு இரண்டில் ஒன்று மறுமொழி சொல். பிறகு நான் போய் விடுகிறேன்; நீ என்னைக் காதல் புரிந்து மணம் செய்துகொள்ள உடம்படுகிறாயா, இல்லையா?

வஜ்ர : நான் உம்மை மணம் புரிதல் சாத்தியப்படாது.

ரண : ஏன்?

வஜ்ர : நான் மற்றொருவனுக்கு என் சுகத்தை ஏற்கனவே வசப்படுத்திவிட்டேன்.

ரண : அவன் யாவனோ?

வஜ்ர : அவன் ... அவன் ... அவன் ... இந்நகரத்தரசன் மகன், வஜ்ரி.

(அந்தச் சமயத்தில் வஜ்ரி வருகிறான். அவனைக் கண்டவுடன் ரணதீரன் கைகூப்பி வணங்குகிறான்.)

வஜ்ரி : கண்மணி! என் பெயரை எதற்காகச் சொல்லு கிறாய்? இந்த – நின் பெயர் என்ன தம்பி? ரணதீரனன்றோ? ஆம் – இந்த ரணதீரனை உனக்கு முன்னமே தெரியுமா?

வஜ்ர : நான் இவரை இதற்கு முன் பார்த்ததில்லை. இப்போதுதான் இவர் இங்கு வந்தார். "யார் பொருட்டுக் காத்திருக்கிறாய்?" என்று என்னிடம் கேட்டார். ஆதலால் நின் பெயரைச் சொன்னேன். நீ ஏன் இத்தனை கால தாமதப்பட்டு வந்தாய்?

(ரணதீரன் வணங்கி விடைபெற்றுச் செல்கிறான்.)

வஜ்ரி : நான் அம்மன் கோயில் யானையுடன் விளையாடிக் கொண்டிருப்பதில் எதிர்பார்த்ததற்கு மேல் அதிகப் பொழுது செலவிடும்படி நேர்ந்துவிட்டது. அங்கதேசத்து வேந்தன் மகன் சந்திரவர்மன் இந்நகரத்துக்கு வந்திருக்கிறான். அவனையும் கோயிலுக்கு அழைத்து வந்தேன். நானும் யானையும் விளையாடுவதைப் பார்த்து அவன் சந்தோஷப்பட்டுக் கொண்டிருந்தான். அவன் மனம் விகற்பப்படாமல் அவனுக்கு உபசாரங்கள் செய்து அவனை அனுப்பிவிட்டு நேரே இங்கே வருகிறேன். அது நிற்க. நீ ஏதோ அஞ்சினவள் போலே காணப்படுகிறாயே. அந்த ரணதீர மூடன் நீ பயப்படும்படி ஏதேனும் செய்தானா? அப்படியானால் சொல்; அவனை இப்பொழுதே தேடிக் கொண்டு வரும்படி செய்து தக்க சிக்ஷை விதிக்கிறேன்.

வஜ்ர : அவன் தவறாக நடக்கவில்லை. நீ என்னை எப்போது மணம் புரிந்து கொள்ளப் போகிறாய்?

வஜ்ரி : என் கண்ணே, சந்திரவர்மனுடைய தங்கையை மணம் புரிந்துகொள்ளும்படி என்பிதா வற்புறுத்துகிறார். அந்த விஷயத்துக்காகத்தான் சந்திரவர்மனும் இங்கு வந்திருக்கிறான். நான் எப்படியாவது தந்திரம் பண்ணி அதைக் கலைத்து விடுகிறேன். பிறகு உடனே உன் விஷயத்தைப் பற்றி என் பிதாவுடன் பேசி அவரை நமது மணத்துக்கு இணங்கும்படி செய்துவிடுவேன். நீ பயப்படாதே. அடுத்த தை மாஸத்தில் நாம் மணம் புரிந்துகொள்வோம். அதுவரை, கருணை கூர்ந்து பொறுத்திரு.

வஜ்ர : ஏற்கனவே நீ என் மீது காதல் கொண்டிருப்பதனால், அங்கத்தரசன் மகளை மணம் புரிவது சாத்தியம் இல்லை என்று இப்போதே உன் பிதாவிடம் தெளிவாகவும் வெளிப்படையாகவும் நீ ஏன் சொல்லிவிடக் கூடாது?

வஜ்ரி : அங்ஙனம் சொல்லுதல் இப்போது சாத்தியம் இல்லை. என்னுடைய பிதாவின் குணம் உனக்குத் தெரியாது. அவர் வழியிலேயே நாம் விட்டுத் திருப்புவதுதான் அவரிடம் காரியத்தை வெல்லும் வழி.

(இருவரும் பிரிந்து செல்லுகின்றனர்.)

~ ~

காட்சி 2

(நித்தியராமன் வீடு. காலை நேரம். நித்தியராமன் காலையுணவு கழித்துச் சந்தோஷமாகத் தாம்பூலம் தரித்துக்கொண்டிருக்கிறான். அப்பொழுது அவனிடம் ஒரு வேலையாள் வந்து சொல்லுகிறான்.)

வேலையாள் : ஐயனே, தங்களைத் தரிசனம் செய்யவேண்டுமென்ற கருத்துடன் வெளியே ஒருவர் வந்து காத்திருக்கிறார்.

நித்தியராமன் : பெயர் விசாரித்தாயா?

வேலையாள் : இல்லை; பார்த்தால் சைனியத்தைச் சேர்ந்தவர் போலே தோன்றுகிறது.

நித்திய : ஓஹோ! அப்படியானால் உடனே வரச்சொல்.

வேலையாள் : கட்டளைப்படி.

(உடனே சில க்ஷணங்களில் ரணதீரன் வந்து புகுகிறான்.)

நித்திய : தாங்கள் வெகு நேரமாகக் காத்திருக்கிறீர்களா? உட்காருங்கள். தங்கள் பெயர் யாது?

ரண : இப்போதுதான் வந்தேன். என் பெயர் ரணதீரன். நான் இந்நகரத்து அரசனுடைய குதிரைப்படைத் தலைவரில் ஒருவன்.

நித்திய : இங்கு எதன்பொருட்டு விஜயம் செய்தீர்கள்?

ரண : தங்களிடம் ஒரு வரம்கேட்கும் பொருட்டு.

நித்திய : என்ன வரம்?

ரண : தங்கள் குமாரியை எனக்கு மணம் புரிவிக்க வேண்டும்.

நித்திய : ஓ! ஐயமின்றி நடத்தலாம். உம்மைப் பார்த்தால் ஆணுக்கு ஆண் மையலுறத் தக்க அழகுடன் விளங்குகிறீர். உயர்ந்த உத்தியோகம் பார்க்கிறீர். அகத்தின் அழகு முகத்தில் தெரியும் என்பதுபோல் உம்முடைய முகத்தை நோக்கிய அளவில் நல்ல குணவான் என்று தெரிகிறது. அப்படியே செய்யலாம். ஆனால், அந்தப் பெண்ணுடைய சம்மதத்தையும் தெரிந்துகொள்ள வேண்டும். அவளுக்கு ஒரு தக்க வரன் தேடிக் கொடுத்து, அவள் தன் கணவனுடனும் குழந்தைகளுடனும் மகிழ்ந்து வாழ்வதைக் காணும் பொருட்டாகவே நான் இன்னும் உயிர் தரித்திருக்கிறேன். எனக்கு இவ்வுலகத்தில் வேறு எவ்விதமான பற்றுதலும் இல்லை. அவளை நீர் நேரே பார்த்து அவளுடைய சம்மதத்தைத் தெரிந்துகொண்டீரா? இளம்பிள்ளைகள் – அதிலும் இக்காலத்துப் பிள்ளைகளுக்கு இதெல்லாம் சொல்லிக்கொடுக்க வேண்டுமா? அல்லது இப்போதே இங்கு அவளை வரவழைத்துக் கேட்போமே? யாரடா, ஏ வேலையாள்!

ரண : ஹா, ஹா, ஹா, வேண்டாம், வேண்டாம்! வேலையாளைக் கூப்பிடாதேயுங்கள். அவளையும் இப்போது இங்கே அழைப்பித்தல் வேண்டாம். தாங்கள் அவளிடம் தனியாகப் பேசி என்னை

மணம் புரிந்துகொள்ளச் சொல்ல வேண்டும். அவள் என்னை ஏற்கனவே பார்த்திருக்கிறாள். என்னை ஒருவாறு விரும்பவும் செய்கிறாள் என்பதில் சந்தேகம் இல்லை. ஆனால், வேறொரு கொடிய துஷ்டனுடைய மயக்கத்தில் வீழ்ந் திருக்கிறாளாதலால் என்னை மணம் புரிய இயலாது என்கிறாள். அவன் வெறுமே இவளை மயக்கித் தன் இஷ்டம் போல் சிறிது காலம் வைத்துக் கொண்டிருந்து, அப்பால் சாற்றை உறிஞ்சிக் கொண்டு பழத்தோலை எறிந்துவிடுவது போலே இவளை எறிந்துவிடக் கருதியிருக்கிறான். அவன் இவளைச் சடங்குகளுடன் சாஸ்திரோக்தமாக மணம் புரியப்போவதில்லை. அவனால் அங்ஙனம் செய்ய முடியாது.

நித்திய : அவன் யார்? அவன் யார்? யார் அந்தப் பாதகன்?

ரண : அதை நான் சொல்லமாட்டேன். பின்னிட்டுத் தங்களுக்கே தெரியும். இந்தச் செய்தியை நான் சொன்னதாகக் கூடத் தங்கள் குமாரியிடம் தாங்கள் தெரிவிக்கக் கூடாது. தெரிவித்தால் காரியம் கெட்டுப் போகும். என்னை அவள் மணம் புரிய வேண்டியது தங்கள் விருப்பம் என்பதை மாத்திரம் வற்புறுத்த வேண்டும். நான் இப்போது போய், நாளைக் காலையில் வருகிறேன். அப்போது எனக்கு முற்றும் அநுகூலமான உத்தரம் கொடுப்பீர்களென்று நம்புகிறேன்.

நித்திய : நல்லது, நீர் போய் வாரும். நல்ல சமயத்தில் எச்சரிக்கை கொடுக்க வந்தீர். பெரிய உபகாரம் செய்தீர். உமக்கே என் பெண்ணைக் கொடுக்கி றேன். யோசனை வேண்டுவதில்லை.

(ரணதீரன் போகிறான்.)

நித்திய : யாரடா, வேலையாள்!

(வேலையாள் வருகிறான்.)

வேலையாள் : ஐயனே, யாது கட்டளை?

நித்திய : வஜ்ரலேகையை அழைத்து வா.

வேலையாள் : குழந்தை வஜ்ரலேகை வீட்டில் இல்லை. சிறிது நேரத்துக்கு முன்புதான் வெளியே ஒரு தோழியுடன்

சென்றாள். காளிகோயில் பெரிய பூசாரி வீட்டுக்குப் போயிருப்பதாகத் தோன்றுகிறது.

நித்திய : சரி; நீ போ. (வேலையாள் சென்ற பிறகு நித்தியராமன் தனக்குள்ளே யோசனை செய்கிறான்.) நாமும் அங்கேதான் போய்ப் பார்ப்போம். அந்தப் பூசாரி யோகியென்றும், மந்திரவாதியென்றும் பிரசித்தி அடைந்திருக்கிறான். அவனிடம் இந்தப் பெண்ணுடைய எதிர்கால வாழ்க்கையைப்பற்றி விசாரணை செய்யலாம். இவள் அங்கே போன நோக்கத்தையும் தெரிந்து வரலாம். என் வஜ்ரலேகையின் உள்ளத்தை மயக்கி அவளை வீழ்த்த விரும்புவதாக ரணதீரனாலே தெரிவிக்கப் பட்ட பாதகனைப்பற்றிய உளவுகளும் அங்கே கிடைக்கலாம் என்று தோன்றுகிறது.

(புறப்படுகிறான்.)

~ ~

காட்சி 3

(ராஜா சூரியகோடியின் அரண்மனையில் ஓர் அறை. அங்கு அரசன் தனியே ஒரு பொன்னாசனத்தின் மேல் வீற்றிருக்கிறான். அவனெதிரே மற்றோர் ஆசனத்தில் காளி கோயில் பெரிய பூசாரியாகிய சாத்தன் இருக்கிறான்.)

சூரியகோடி : இத்தனையும் மெய்தானா?

சாத்தன் : ஆம்.

சூரிய : இல்லையெனில்?

சாத் : என்னைச் சிரச்சேதம் செய்துவிடலாம்.

சூரிய : சரி. உண்மையென்று வைத்துக் கொள்வோம். இதைத் தடுக்க வழியில்லையா?

சாத் : எதைத் தடுக்க?

சூரிய : எல்லாவற்றையும். முதலாவது, நம் மகன் வஜ்ரி அந்தச் செட்டி மகளை மணம் புரியாதபடி தடுக்க வேண்டும்.

பாரதியின் இறுதிக் காலம்

சாத் : அதற்கு வழி நான் அறியேன்.

சூரிய : உன் பலம், உன் சாஸ்திரபலம், உன்னுடைய கிரக நக்ஷத்திரங்களின் பலம் இத்தனையையும் கொண்டு இதைத் தடுக்க முடியாதா? தள்ளும், நான் செய்கிறேன்.

சாத் : தங்களால் முடியாது.

சூரிய : அது எப்படி?

சாத் : மனிதர், பூதங்கள், தேவகணங்கள், யாவராலும் காதலின் வலிமையைக் கடக்க முடியாது. தங்களுடைய குமாரனும் அப்பெண்ணும் தம்முள்ளே மெய்யான காதல் கொண்டிருக்கின்றனர்.

சூரிய : எப்படி? எப்படி? மெய்க்காதலா? அதன் இயல்பு என்னே? எங்குளது? அதனைக் காவியங்களிலன்றி நாம் உலக வாழ்க்கையில் காண்பதில்லை. தோன்றி மறையும் விருப்பமே இயற்கையில் உள்ளது. அது மெய்க்காதலாகா தன்றோ?

சாத் : காவியத்துக் காதல் எங்ஙனமோ தங்கள் மகனுக்கும் அச்செட்டி மகளுக்குமிடையே மூண்டுவிட்டது.

சூரிய : அதைத் தடுப்பேன். தடுத்தே தீர்வேன்.

சாத் : முடியாது; முடியவே முடியாது.

சூரிய : என் சொல்லுக்கு இணங்காவிடின் வஜ்ரிக்குப் பட்டம் இல்லை என்று நீக்கிவிட்டு மற்றொரு குமாரனை ஸ்வீகாரம் செய்துகொள்வேன். என் விருப்பத்தைக் கேள். அந்த ரணதீரன் என்ற குதிரைப் படைத்தலைவன் செட்டி மகளாகிய வஜ்ரலேகையை மணம் புரிந்துகொள்ள வேண்டும். நமது வஜ்ரி அங்கதேசத்து அரசன் மகளை மணம் புரிந்துகொள்ள வேண்டும். இப்படி நடந்தால் எல்லோர் மனமும் திருப்தி அடையும். இவ்விரண்டு விவாகங்களையும் இந்த மாத முடிவுக்குள்ளேயே நடத்திவிடலாம் என்று நினைக்கிறேன். இது என் தீர்ப்பு. இதை நீ இப்போதே போய் வஜ்ரி, செட்டி, ரணதீரன் எல்லோருக்கும் தெரிவித்துவிடு. என்

ஆக்கினையைக் கடந்து என் நாட்டில் ஒன்றும் நடக்கக் கூடாது.

சாத் : ஐயனே, ஹூண தேசத்திலிருந்து, சிறிது காலத்துக்கு முன்பு ஒரு படிப்புள்ள வியாபாரி இங்கு வந்திருந்தார். அவர் எனக்கு ஒரு கதை சொன்னார். தேவரீர் இப்போது கொடுத்த உத்தரவைக் கேட்டபோது எனக்கு அந்தக் கதை நினைப்புக்கு வருகிறது. அந்தக் கதையிலே, ஹூண தேசத்து வேந்தன் ஒருவன், தன் மந்திரியுடன் கடற்கரையிலே அலைமோதும் இடத்தில் சென்று நாற்காலிகள் போட்டு உட்கார்ந்துகொண்டு கடலை நோக்கி, "கடலே, நான் பூமண்டல சக்கரவர்த்தி; என் கட்டளைகளுக்கு நீயும் கீழ்ப்படிந்து நடக்கவேண்டும்; இதோ ஒரு கட்டளையிடுகிறேன். முதலாவது அதன்படி நட. நாம் இருக்கும் இடத்தில் அலை எறியாதே; சற்றுப் பின்னே விலகிப் போ" என்றானாம். உடனே, தற்செயலாகக் கடலில் பிரம்மாண்டமானதோர் புதிய அலை வந்து அவ்விருவரின் நாற்காலியையும் மோதிக்கொண்டு போய்விட்டதாம். அவர்கள் உயிர் தப்புவது பெருங்கஷ்டமாயிற்றாம். அந்த ஹூணராஜன் ஜடமான கடலுக்கு ஆக்கினை பிறப்பித்து வெட்கமடைந்தான். தாங்களோ, ஸூக்ஷ்ம சக்திகளுக்குள்ளே ஸப்தஸாகரங்களும் கலந்த சக்தியென்று சொல்லத்தக்கதாகிய மூல சக்தியை எதிர்த்துக் கட்டளைபோட உத்தேசிக்கிறீர்கள். ஆலைப் பலாவாக்கினாலும் ஆக்கலாம். மனிதருக்குள்ளே தலைமைப்பட்டோரிடம் வீண்கட்டளை பிறப்பிக்கும் இயல்பு நேராமற் செய்வது பெருங்கஷ்டம்.

(அரண்மனைவாயிலில் கூ கூ என்று பல விதமான ஒலிகள் எழுகின்றன. நாலைந்து வேலையாட்கள் தலை அவிழ, மொழி குழற, அரசன் முன்னே வந்து நிற்கின்றனர். ஒவ்வொருவனும் இன்னது சொல்வதென்று அறியாமல் திணறுகிறான்.)

சூரிய : என்னேடா கிளர்ச்சி! எதன் பொருட்டு இத்தனை அல்லோலகல்லோலம்? யாது நிகழ்ந்தது? சொல்லுமின்களடா!

பாரதியின் இறுதிக் காலம்

முதல்
வேலையாள் : *ஒரு குடம் ரத்தம்!*

இரண்டாம்
வேலையாள் : *மண்டை கீறிப் போய்விட்டது... மூக்கில் குத்தி... வாய் கிழிந்திருக்கிறது!*

மூன்றாம்
வேலையாள் : *பிரக்கினை போய் விட்டது!*

முதல்
வேலையாள் : *பிரக்கினை திரும்ப வந்துவிட்டது! இளவரசன் இன்னும் சாகவில்லை.*

சூரிய : *என்னடா? யார், யார்? இளவரசனா? வஜ்ரியா? நடந்தது என்ன? அவனை யார் வெட்டினார்கள்? தெளிவாகச் சொல்.*

முதல்
வேலையாள் : *காளிகோயில் யானை. அதற்கு மதம் ஏறியிருக் கிறது. முன்பு இரண்டு கால்களுக்கு மாத்திரம் சங்கிலி போட்டுக் கட்டியிருந்தார்கள். இப்போது ஒரு வாரமாக நான்கு கால்களுக்கும் விலங்கிட் டிருக்கிறார்கள். அங்க தேசத்தரசன் மகனோடு, நம் இளவரசன் யானைக்குப் பழம் கொடுக்கப் போனார்.*

சூரிய : *கோயில் யானையா? என் மகனையா அடித்தது? நான் கெட்டேன் – ஆ! மகனே!*

(மூர்ச்சை போட்டு விழுந்துவிட்டான்.)

சாத்தன் : *கேளப்பா, ஏ வேலையாள்! இளவரசனைப்பற்றிப் பிறகு கவனிப்போம். முதலாவது இங்கு மூர்ச்சை போட்டு விழுந்திருக்கும் அரசனுக்கு வேண்டிய சிகிச்சைகள் செய்ய வேண்டும். இவரைத் தூக்குங்கள்; படுக்கை அறையிலே கொண்டு போடுங்கள். நான் குணப்படுத்தி விடுகிறேன்.*

(வேலையாட்கள் மூர்ச்சை போட்டு விழுந்த சூரிய கோடியைத் தூக்கிக்கொண்டு செல்லுகின்றனர்.)

~ ~

காட்சி 4

(அரண்மனை. வஜ்ரியும், அங்கத்தரசன் மகன் சந்திரவர்மனும், வஜ்ரலேகையும் இருக்கின்றனர்.)

சந்திரவர்மன்: எதற்கும் வஜ்ரி இப்போது அதிகமாக வார்த்தை சொல்லாமல் இருப்பது நன்று. யார் வந்தாலும் அவர்களுக்கு நானே மறுமொழிகள் சொல்லலாம் என்றும், வஜ்ரி வாய் திறந்தாலே கெடுதி என்றும், அரண்மனை வைத்தியர் பலமான எச்சரிக்கை கொடுத்துப் போனார். நடந்ததை நான் சொல்லுகிறேன்.

வஜ்ரலேகை : சரி, நீங்களே சொல்லுங்கள். முழு விவரமும் சொல்ல வேண்டும்.

சந்திர : அந்த யானைக்கு மதமேறியிருக்கிறதென்று எங்களிடம் யாரும் தெரிவிக்கவில்லை. நாங்கள் இருவரும் அங்கே போனபோது பாகன் இல்லை. புறத்து வேலியைச் சுற்றி நூற்றுக்கணக்கான ஜனங்கள் நின்றுகொண்டிருந்தனர். அந்த யானைக்குச் சமீபமாக வஜ்ரி நேரே சென்றான். நானும் வேலிப் புறத்தே நின்றேன். தொலைவிலிருந்து பார்த்தால் போதுமென்று நான் சொன்னேன். வஜ்ரி அது தனக்கு மிகப் பழக்கமென்றும், தன்னிடம் பூனைக்குட்டி போலே நடந்துகொள்ளும் என்றும் சொல்லிவிட்டுச் சமீபத்திலே சென்றான்.

வஜ்ர : ஆம், நமது வஜ்ரியை வேலிப் புறத்தே கண்டால், நின்றுகொண்டிருக்கும் அந்த யானை கீழே படுத்துத் துதிக்கையைத் தூக்கி வணங்கிவிட்டு மறுபடி எழுந்து நிற்கும். நான் நேராகவே பன்முறை இதனைப் பார்த்திருக்கிறேன்.

சந்திர : ஆனால் இந்த முறை துரதிருஷ்ட வசத்தால் இவன் நேரே தன் முகத்தைக் காட்டாமல் தலையைக் குனிந்துகொண்டு யானையிடம் சென்றான். அப்படிக்கு அது அதிகமாக ஒன்றும் செய்யவில்லை. துதிக்கையால் இவனைத் தள்ளி வீழ்த்தி விட்டது. கீழே ஒருகல் மண்டையில் அடித்து ரத்தம் வெள்ளமாகப் பெருகிற்று. யானை அதைக் கண்ட மாத்திரத்தில் திடுக்கிட்டுப் போய்

விட்டது. அப்போது நான் அந்த யானையின் முகத்தை உற்று நோக்கினேன்; ஓரிரு க்ஷணங்கள் தன் துதிக்கையால் வஜ்ரியின் கால்களைத் துழாவிக் கொண்டிருந்தது. இவன் பிரக்கினையின்றிக் கீழே அதன் முன்பு வீழ்ந்து கிடக்கிறான். 'உம், உம்' என்று ஒருவித உறுமுதல் இவன் வாயினின்றும் வெளிப்பட்டுக்கொண்டிருந்தது. யானை, தன் தந்தையுடைய கடிகாரத்தை வீழ்த்தியுடைத்துவிட்டுப் பின் பச்சாதாபமெய்தும் குழந்தை விழிப்பது போலே விழித்துக்கொண்டு நின்றது. ஓரிரு க்ஷணங்களுக்கப்பால், நான் மனத்தைத் தைரியப்படுத்திக் கொண்டு வேலிக்குள் இறங்கி இவனை வெளியே தூக்கி வந்தேன். வெளியே கொண்டு வந்து நிறுத்திய அளவிலே இவனுக்குப் பிரக்கினை மீண்டுவிட்டது. இதுதான் நடந்த சங்கதி.

வஜ்ர : ரத்தச்சேதம் மிகவும் அதிகம் என்கிறார்களே!

சந்திர : ரத்தம் அதிகம் வடிந்து சென்றுவிட்டது எனினும் காயம் பெரிது அல்ல. உயிருக்கு அபாயம் இல்லை. காயம் சிறிதுதான். வைத்தியர் வந்து உதிரத்தைக் கழுவிக் கட்டுக் கட்டும்போது நான் நன்றாகப் பார்த்தேன். புண் சிறிது.

வஜ்ரி : கண்ணே, நீ அஞ்சாதே! நின்பொருட்டாக நான் பிழைப்பேன்.

(இங்ஙனம் அவன் சொல்லுகையில் அவன் வாய் வழியாக ரத்தம் ஒழுகுதல் கண்டு வஜ்ரலேகை மூர்ச்சை போட்டு விடுகிறாள். அவளைத் தெளிவித்து எழுப்புதற்குரிய முயற்சிகளைச் சந்திரவர்மன் செய்கிறான். பிறகு அவளையும் ஒரு தோழியையும் பல்லக்கில் ஏற்றி வீட்டுக்கு அனுப்பிவிடுகிறார்கள்.)

சந்திரவர்மன்: ஆ! காதலென்பதை இன்று தான் கண்டேன். வஜ்ரி, நீ அதிருஷ்டசாலி. உன்னை யானை அடித்ததுகூட எனக்குப் பொறாமை உண்டாக்குகிறது. என்னை ஒரு யானை அடித்து, எனக்காக ஒரு பெண் இப்படி மூர்ச்சை போட்டு விழுவதை நான் பார்க்க விரும்புகிறேன். ஸ்திரீகள் மூர்ச்சையுறுதல் புதுமை அல்ல. ஆனாலும் இவளுடைய மூர்ச்சை

மாதிரி வேறு. இவளுடைய காதலே புதிது. ஆ! வஜ்ரி! நீ அதிருஷ்டசாலிகளிலே சிறந்தவன். இனி என் தங்கையை நீ மணம் புரிந்துகொள்வதென்ற பேச்சை அடியோடு நிறுத்தி விடுவதற்குரிய ஏற்பாடுகள் நானே செய்கிறேன். உன் பிதாவுக்கும் நானே தெளிவேற்படுத்துகிறேன். நீ எதற்கும் யோசனை பண்ணாதே. இப்போது நீ இங்கே தனியாக இருப்பது நன்று. யாரிடமும் பேசாதே. வாய் திறக்கக்கூடாது. தூங்க முயற்சி பண்ணு. நான் போய் வருகிறேன்.

(விடைபெற்றுச் செல்லுகிறான்.)

~ ~

காட்சி 5

(அமரபுரத்து அரசனாகிய சூரியகோடியின் சபை. மந்திரிகள் சேனாதிபதிகள் முதலியோர் புடைசூழ அரசன் வீற்றிருக்கிறான். அந்தச் சபையில் சத்தியராமன், வஜ்ரலேகை இருவரும் வந்திருக்கிறார்கள். வஜ்ரியும் தலை, வாய்களுக்குக் கட்டுகள் கட்டிக்கொண்டு வந்து வீற்றிருக்கிறான்.)

சூரியகோடி : சபையோர்களே, குடிகளே! தசரதன் ஸ்ரீராம மூர்த்தியை மகனாகப் பெற்று மகிழ்ந்தான். நான் வஜ்ரியைப் பெற்றேன். இவன் ஆண்டிலே குறைந்தவனாயினும், அறிவிலும் வீரத்தன்மை யிலும் இக்காலத்து ராஜகுமாரர்களுக்குள்ளே சிறந்து விளங்குகிறான். கல்வி கேள்விகளிலே இவன் நம் நாட்டுப் பண்டித சிகாமணிகளால் பெரிதும் வியக்கப்படுகிறான். இவன் பெரிய வேதாந்தி என்றும் ஆன்மஞானி என்றும் பல மேதாவிகள் தெரிவிக்கிறார்கள். இன்று காலையிலே இவன் ஏறக்குறைய இறந்துபட்டானென்ற செய்தி இந்த நகர் முழுதும் பரவிக் குடிகளனைவரையும் பெருந்துயரில் வீழ்த்திற்று. இன்று மாலை இவன் நேரே நமது சபைக்கு வந்து, தனக்கு லேசான உராய்தலையன்றி வேறொன்றும் இல்லை என்று சொல்லி நம்மிடையே பூர்ண சந்திரனைப்போல் வீற்றிருக்கிறான். இவனுக்கு நீங்கள் எல்லீரும்

மனப்பூர்வமான ஆசீர்வாதங்கள் செய்தருள வேண்டும். இவனை வானவர் மார்க்கண்டன் போலே வாழ்விக்கக் கடவர். இன்று உங்களுக் கெல்லாம் நான் மிகவும் சந்தோஷமான செய்தி ஒன்று சொல்லப்போகிறேன். என் மகன் ஞானியாதலால் பல விஷயங்களில் சாதாரண லௌகிக வழக்கங்களை மீறி நடக்கிறான். அது எனக்குப் பல சமயங்களில் வருத்தம் உண்டாக்குகிறது. எனினும் என் செய்யலாம்? அவன் செய்வதுதான் நியாயமென்று பல முதியோர்களே சொல்லுகின்றனர். நாம் முற்கால விதிகளால் கட்டுப்பட்டிருக்கிறோம். அவன் எதிர்கால நிலை உணர்ந்தவனாகையால், எதிர்கால விதிகளின்படி நடக்கிறானென்று பண்டிதர்கள் சொல்லுகிறார்கள். திருஷ்டாந்தமாக, எங்கள் குலத்துக்குள்ள பொது வழக்கத்தின்படி இவனுக்கு ஒரு ராஜகுமாரியையே மணம் புரிவிக்க வேண்டுமென்று நான் நிச்சயித்திருந்தேன். இவனோ, நமது நகரத்து வைசியர்களில் மிகக் கீர்த்தி பெற்ற சத்தியராமச் செட்டியின் குமாரியையே மணம் புரிய உடம்படுகிறான். எதிர்கால உலகத்தில் காதல் ஒன்றையன்றி அசாசுவதமான பதவி வேற்றுமைகளைக் கருதி விவாக சம்பந்தங்கள் செய்து கொள்ளப்படமாட்டாவாம். அதற்கு இவன் தானே ஒரு வழிகாட்டியாக நின்று, அமரபுரத்து அரண்மனையில் பட்ட மஹிஷியாக ஒரு வைசிய குமாரியைப் புகுத்த விரும்புகிறான். என் விருப்பத்தை மாற்றி நான் இவனுடைய கருத்துக்கு இணங்கிவிட்டேன்.

அதனுடன், எனக்கு வயது முதிர்ந்துவிட்டபடியால், இவனுக்கு மகுடம் சூட்டிவிட்டு நான் மிஞ்சியுள்ள வாழ்க்கையை ராஜ்யப் பொறுப்புக்களின்றி அமைதியுடன் கழிக்க நிச்சயித்திருக்கிறேன்.

மந்திரிகளே, குருக்களே, சேனாதிபதிகளே, நண்பர்களே!

என் மகன் வஜ்ரிக்கும் வஜ்ரலேகைக்கும் விவாகச் சடங்குகள் இந்த வாரத்துக்குள்ளே தொடங்கிவிடும். இனி உங்களுக்கு ராஜா வஜ்ரி,

ராணி வஜ்ரலேகை. இந்திரனும் இந்திராணியும் போல் இவ்விருவரும் நீடுழி ஆட்சிபுரிய இந்நாடு மிகவும் கீர்த்தியும் சகல நன்மைகளும் பெற்று ஓங்குக!

(வாத்திய கோஷம். வெடிகள் தீர்த்தல் முதலிய ஆரவாரங்கள்.)

(கலைமகள், ஜனவரி, 1951 பக். 83–90)

துணைநூற் பட்டியல்

கனகலிங்கம், ரா., என் குருநாதர் பாரதியார், சக்தி காரியாலயம், சென்னை, 1947.

குப்புசாமி செட்டியார், நல்லி. (தொ.ஆ.), காலந்தோறும் பாரதி, ஸ்ரீ புவனேஸ்வரி பதிப்பகம், சென்னை, முதற்பதிப்பு: டிசம்பர் 2009.

குப்புசாமி செட்டியார், நல்லி. (தொ.ஆ.), பாரதி திருநாள்: சுதேசமித்திரன் நினைவு அஞ்சலிகள், ஸ்ரீ புவனேஸ்வரி பதிப்பகம், சென்னை, முதற்பதிப்பு: டிசம்பர் 2011.

குப்புசாமி செட்டியார், நல்லி. (தொ.ஆ.), பாரதி – யார்?, ஸ்ரீ புவனேஸ்வரி பதிப்பகம், சென்னை, முதற்பதிப்பு: நவம்பர் 1999.

குப்புசாமி செட்டியார், நல்லி. (தொ.ஆ.), பாரதியார் கதைக் களஞ்சியம், ஸ்ரீ புவனேஸ்வரி பதிப்பகம், சென்னை, முதற்பதிப்பு: டிசம்பர் 2012.

குருசாமி, ம.ரா.போ. (ப.ஆ), பாரதி பாடல்கள் – ஆய்வுப் பதிப்பு, தமிழ்ப் பல்கலைக்கழகம், தஞ்சாவூர், திருத்திய மூன்றாம் பதிப்பு: 2001.

சகுந்தலா பாரதி, என் தந்தை பாரதி, பழனியப்பா பிரதர்ஸ், சென்னை, திருத்திய முதற்பதிப்பு: 2007.

சாமிநாத சர்மா, வெ., நான் கண்ட நால்வர், பூங்கொடி பதிப்பகம், சென்னை, முதற்பதிப்பு: 1998, இரண்டாம் பதிப்பு: 2003.

சுப்பிரமணிய அய்யர், ஏ.வி., கவி பாரதியின் நினைவுகள், எஸ். ஆர். சுப்பிரமணிய பிள்ளை பப்ளிஷர்ஸ், திருநெல்வேலி, முதற்பதிப்பு: 1969.

சுப்பையா பிள்ளை, வ., பொருனைக் கரையில் பாரதி, திருநெல்வேலி தென்னிந்திய சைவ சித்தாந்த நூற்பதிப்புக்கழகம் லிமிடெட், சென்னை, முதற்பதிப்பு: சூலை 1997.

செல்லம்மா பாரதி, தவப்புதல்வர் பாரதியார் சரித்திரம், சக்தி காரியாலயம், சென்னை, முதற்பதிப்பு: 1941.

தூரன், பெ. (தொகுப்பும் பதிப்பும்), பாரதி தமிழ், அமுத நிலையம் லிமிடெட், சென்னை, முதற்பதிப்பு: அக்டோபர் 1953.

பத்மநாபன், ரா.அ., சித்திர பாரதி, காலச்சுவடு பதிப்பகம், நாகர்கோவில், மு.ப.1957, காலச்சுவடு இ.ப.2010.

பத்மநாபன், ரா.அ. (தொ.ஆ,), பாரதி புதையல் பெருந்திரட்டு, வானதி பதிப்பகம், சென்னை, முதற்பதிப்பு: டிசம்பர் 1982.

பத்மநாபன், ரா.அ. (தொகுப்பும் பதிப்பும்), பாரதியின் கடிதங்கள், காலச்சுவடு பதிப்பகம், நாகர்கோவில், முதற்பதிப்பு: 1982, திருத்திய இரண்டாம் பதிப்பு: 2005.

பி.ஸ்ரீ., நான் அறிந்த தமிழ்மணிகள் – இரண்டாம் பகுதி, வானதி பதிப்பகம், சென்னை, முதற்பதிப்பு: நவம்பர் 1988.

மன்னர் மன்னன், பாட்டுப் பறவைகள், குயில் வெளியீடு, புதுச்சேரி, முதற்பதிப்பு: 2000.

வ.ரா., மகாகவி பாரதியார், பழனியப்பா பிரதர்ஸ், சென்னை, முதற்பதிப்பு:1944, பதினொன்றாம் பதிப்பு: 1990.

விசுவநாதன், சீனி. (ப.ஆ,), கால வரிசைப்படுத்தப்பட்ட பாரதி படைப்புகள், தொகுதி – 1, முதற்பதிப்பு: மார்ச்சு 1998, மறு அச்சு: ஜனவரி 2003; தொகுதி – 12, முதற்பதிப்பு: டிசம்பர் 2010, வெளியீடு: சீனி. விசுவநாதன், சென்னை.

விசுவநாதன், சீனி., பாரதி நூல்கள்: பதிப்பு வரலாறு, வெளியீடு: சீனி.விசுவநாதன், சென்னை, திருத்தி விரிவாக்கப்பட்ட புதிய பதிப்பு: டிசம்பர் 2005.

விசுவநாதன், சீனி., மகாகவி பாரதி வரலாறு, வெளியீடு: சீனி.விசுவநாதன், சென்னை, முதற்பதிப்பு: டிசம்பர் 1996, மறுஅச்சு: டிசம்பர் 2009.

விஸ்வநாத ஐயர், சி., கவி பிறந்த கதை, ஸ்ரீ புவனேஸ்வரி பதிப்பகம், சென்னை, முதற்பதிப்பு: ஆகஸ்டு 1985.

வேங்கடாசலபதி, ஆ.இரா. (ப.ஆ.), பாரதி: 'விஜயா' கட்டுரைகள், காலச்சுவடு பதிப்பகம், நாகர்கோவில், முதற்பதிப்பு: நவம்பர் 2004.

வேங்கடாசலபதி, ஆ.இரா. (தொ.ஆ.), வ.உ.சி.யும் பாரதியும், மக்கள் வெளியீடு, சென்னை, முதற்பதிப்பு: டிசம்பர் 1994.

இதழ்கள்

கலைமகள், ஜனவரி, 1951.

பாரதசக்தி, ஆண்டு மலர், 1947.

~ ~